ഗ്രീൻ ബുക്സ്
കൊടുക്കാനുള്ള കോഴി
മാങ്ങാട് രത്നാകരൻ

വടക്കെ മലബാറിലെ ബാര ഗ്രാമത്തിൽ
1962 നവംബർ 25ന് ജനനം.
അച്ഛൻ: കെ.വി. കൃഷ്ണൻ നായർ. അമ്മ: എ. നാരായണിയമ്മ.
വിദ്യാഭ്യാസം: വെടിക്കുന്ന് യു.പി. സ്കൂൾ, ഉദുമ ഗവൺമെന്റ്
ഹൈസ്കൂൾ, കാസർകോട് ഗവൺമെന്റ് കോളേജ്,
തലശ്ശേരി ഗവ. ബ്രണ്ണൻ കോളേജ്, ഡൽഹി സർവകലാശാല.
മലയാളത്തിൽ എം.എ. ബിരുദം.
കവിത, നിരൂപണം, യാത്രാവിവരണം, ചലച്ചിത്രാസ്വാദനം,
സമാഹരണംതുടങ്ങിയ വിഭാഗങ്ങളിലായി ഇരുപത്തിയഞ്ചു
കൃതികൾ. ഇപ്പോൾ ഏഷ്യാനെറ്റ് ന്യൂസിൽ.

ഓർമ്മ

കൊടുക്കാനുള്ള കോഴി

എം.എൻ. വിജയൻ സ്മരണകൾ

മാങ്ങാട് രത്നാകരൻ

ഗ്രീൻ ബുക്സ്

green books private limited
gb building, civil lane road, ayyanthole,
thrissur- 680 003, kerala, ph: +91 487-2381066, 2381039
website: www.greenbooksindia.com
e-mail: info@greenbooksindia.com

malayalam
kodukkanulla kozhi
memoirs
by
mangad rathnakaran

first published may 2019
copyright reserved

front cover photo : razak kottakkal
back cover photo : madhuraj
cover design : anoop sunny

branches:
thrissur 0487-2422515
palakkad 0491-2546162
thiruvananthapuram 0471-2335301
calicut 0495 4854662
kannur 0497-2763038

isbn : 978-93-88830-38-6

---

no part of this publication may be reproduced,
or transmitted in any form or by any means,
without prior written permission of the publisher.

GBPL/1081/2019

വി.എസ്.അനിൽകുമാറിന്,
മദിരാശിയിലെ മധുരദിനങ്ങൾക്ക്.

തണുപ്പ് അരക്കെട്ടുവരെ അരിച്ചുകയറിയപ്പോൾ,
സോക്രട്ടീസ് മുഖംമൂടിയ തുണി എടുത്തുമാറ്റി,
– അതുവരെയും അദ്ദേഹം മുഖംമൂടിയിരിക്കുകയായിരുന്നു –
പറഞ്ഞു, "ക്രീറ്റോ, നാം എസ്ക്ലിപിയുസിന്
ഒരു കോഴിയെ കൊടുക്കാനുണ്ട്. കൊടുക്കണേ, മറക്കരുതേ."

പ്ലേറ്റോ,

ഫീഡോ

ഈ ഓർമ്മപ്പുസ്തകം എന്തേ ഇത്ര വൈകി എന്നു ഞാൻ എന്നോടുതന്നെ ചോദിക്കായ്കയല്ല. വിജയൻ മാഷ് എപ്പോഴും എന്റെ ഉള്ളിൽ ഉണ്ടായിരുന്നതിനാൽ, ഒരു പുസ്തകമായി അടയാളപ്പെടുത്താൻ അമാന്തിച്ചു. ഇപ്പോഴോ? സമയമായി എന്നു തോന്നി.

വിജയൻ മാഷ് പ്രസംഗങ്ങളിൽ വ്യതിചലിക്കാറുള്ളതുപോലെ ഫ്രോയ്ഡിലേക്ക് ചെല്ലട്ടെ. ഫ്രോയ്ഡിന്റെ മനശ്ശാസ്ത്രരചനകളുടെ സാകല്യം (24 വോള്യങ്ങൾ) ആദ്യമായി ഇംഗ്ലീഷിൽ പ്രസിദ്ധീകരിച്ച ദ് ഹൊഗാർത്ത് പ്രസ്സിന്റെ സ്ഥാപകൻ ലേനഡ് വൂൾഫിന്റെ *ഡൗൺഹിൽ ആൾ ദ് വേ* എന്ന സ്മൃതിചിത്രപുസ്തകത്തിൽ ഇങ്ങനെ എഴുതുന്നു: "ഫ്രോയ്ഡിനെ ഒരിക്കൽ മാത്രമേ ഞാൻ നേരിട്ടു കണ്ടിട്ടുള്ളൂ.... 1939 ജനുവരി 28 ശനിയാഴ്ച ഉച്ചതിരിഞ്ഞ് ഞങ്ങൾ (വിർജീനിയ വൂൾഫ്) ഒരുമിച്ചു ചായ കുടിച്ചു. ആ പ്രശസ്ത വ്യക്തിയെ പുകഴ്ത്താൻ എനിക്കൊട്ടും താത്പര്യമില്ല. ഏതാണ്ടെല്ലാ പ്രശസ്ത വ്യക്തികളും നിരാശപ്പെടുത്തുന്നവരോ, മുഷിപ്പിക്കുന്നവരോ, രണ്ടും കൂടിയതോ ആണ്. ഫ്രോയ്ഡ് രണ്ടുമല്ലായിരുന്നു. അദ്ദേഹത്തെ ചൂഴ്ന്ന പ്രഭാവലയം പ്രശസ്ത വ്യക്തിയുടേതല്ല, മഹത്വത്തിന്റേതായിരുന്നു."

എന്നെ സംബന്ധിച്ചിടത്തോളം കാൽ നൂറ്റാണ്ടു നീണ്ട പരിചയമായിരുന്നു. ലേനഡ് പറഞ്ഞ തരത്തിലുള്ള മഹത്വം നേരിട്ടിടപഴകിയവരിൽ വിജയൻ മാഷിൽ മാത്രമേ ഞാൻ അനുഭവിച്ചിട്ടുള്ളൂ.

മാങ്ങാട് രത്നാകരൻ

എം.എൻ. വിജയൻ

കൊടുങ്ങല്ലൂരിനടുത്ത് ലോകമലേശ്വരത്ത് പതിയാശ്ശേരി യിൽ നാരായണമേനോന്റെയും മൂളിയിൽ കൊച്ചമ്മ അമ്മ യുടെയും മകനായി 1930 ജൂൺ 8-ന് ജനിച്ചു. പതിനെട്ടര യാളം എൽ.പി. സ്കൂളിലും കൊടുങ്ങല്ലൂർ ബോയ്സ് ഹൈസ്കൂളിലും എറണാകുളം മഹാരാജാസ് എറണാകുളം ലോ കോളേജിലും പഠിച്ചു. വിദ്യാർത്ഥിയായിരിക്കുമ്പോൾ തന്നെ സ്വാതന്ത്ര്യസമരത്തിലും ഉത്തരവാദഭരണത്തിനാ യുള്ള പ്രക്ഷോഭത്തിലും പങ്കെടുത്തു. 1951-ൽ മദിരാശി സർവകലാശാലയിൽ നിന്ന് പ്രൈവറ്റായി മലയാളം എം.എ. പാസ്സായി. 1952ൽ മദിരാശി ന്യൂകോളേജിൽ അധ്യാപ കനായി. 1960-ൽ തലശ്ശേരി ഗവ. ബ്രണ്ണൻ കോളേജിൽ അധ്യാപകനായി ചേർന്നു. 1985ൽ അധ്യാപകവൃത്തിയിൽ നിന്നും വിരമിക്കുന്നതുവരെ അവിടെ തന്നെ തുടർന്നു. ചിതയിലെ വെളിച്ചം, കവിതയും മനശ്ശാസ്ത്രവും, ശീർഷാ സനം, മരുഭൂമികൾ പൂക്കുമ്പോൾ ഉൾപ്പെടെ മുപ്പതോളം കൃതികൾ. എം.എൻ.വിജയൻ സമ്പൂർണ്ണകൃതികൾ (പത്തു വോള്യങ്ങൾ) 2008-ൽ പ്രസിദ്ധീകൃതമായി.

ഉള്ളടക്കം

ഭാഗം ഒന്ന്
കൊടുക്കാനുള്ള കോഴി 15
നിന്റെ വിളക്ക് നീ തന്നെയാകുന്നു 22
ചെറ്റയിൽ തിരുകിയ നോട്ട് 27
നീല ഇൻലന്റ് 31

ഭാഗം രണ്ട്
കാവ്യസ്വപ്നവും പ്രബുദ്ധാനുഭൂതിയും 55
ആശാനും മാഷും 69

ഭാഗം മൂന്ന്
മഞ്ചാടി 79
സിംഹവും കഴുതയും 81
റൊദാങ് മ്യൂസിയത്തിൽ 82

അനുബന്ധം
അനുഭവസ്നാനം 87
അവതാരിക 90
കത്തുകൾ 94

ഭാഗം ഒന്ന്

കൊടുക്കാനുള്ള കോഴി

ജർമ്മനിയിലെ നിത്യകാമുകനായ കളിയച്ഛൻ, സാക്ഷാൽ കാൾ മാർക്സ്, ഗുരുനാഥൻ ഹേഗലിനെ തലകീഴായി നിർത്തിയതിനുശേഷം, ഹേഗൽവിരുദ്ധ പന്തം കൊളുത്തിപ്പടയുടെ പുറപ്പാടുകണ്ട് അന്തിച്ച്, "അയ്യോ, ഞങ്ങൾ (ഏംഗൽസിനെയും ചേർത്ത്) അദ്ദേഹത്തിന്റെ ശിഷ്യ ന്മാരാണ്," എന്നു പ്രഖ്യാപിച്ചു. ചിന്തയുടെ അധിത്യകകളിൽ ഗരുഡനെ പ്പോലെ വിഹരിച്ചിരുന്ന മാർക്സ്, കീഴെ, കോഴികളുടെ പറക്കൽ കണ്ട് ചിരിയടക്കിയിരിക്കണം.

താരതമ്യം ഉദ്ദേശിച്ചിട്ടില്ല. താരതമ്യം ചെയ്യുക മനുഷ്യസ്വഭാവ മാണെങ്കിലും വിശേഷബോധത്തിൽ അതിനെന്തെങ്കിലും ചെയ്യാനുള്ള തായി തോന്നിയിട്ടില്ല. 'മാർക്സിനു തുല്യനായി വിദ്യാർത്ഥികൾ കണക്കാക്കുന്ന ഒരധ്യാപകൻ' എന്ന ഒരു സ്തുതി, ഉള്ളതുപോലെ പറ ഞ്ഞാൽ ഒരു വ്യാജസ്തുതി, നമ്മുടെ പ്രാമാണികനായ ഒരെഴുത്തു കാരന്റെ പേനയിൽ നിന്നു പുറപ്പെട്ടിട്ടുണ്ട്. എഴുത്തച്ഛന്റെ മൗലികതയെ ക്കുറിച്ചുള്ള മൗലികമായ തെറ്റിദ്ധാരണയിൽ നിന്നുളവായ ഒരു വിമർശ നത്തിനു മുന്നോടിയായി വന്ന ഈ വാചകം, സെൻപുരാണങ്ങളിൽ പറയുമ്പോലെയുള്ള ഒരുകൈപ്രയോഗമായതിനാൽ ഒച്ചകേൾപ്പിച്ചില്ല. അതുകൊണ്ട്, അതിനെക്കുറിച്ച് പറയാതെ കഴിക്കാം.

എഡ്‌വേർഡ് ബ്രണ്ണൻ നട്ടുപന്തലിച്ച വിദ്യാലയത്തിൽ, എം.എൻ. വിജയൻ മാഷുടെ വിദ്യാർത്ഥിയായി എത്തുന്നത് എൺപതുകളുടെ ആദ്യ പാദത്തിലാണ്. വിജയൻ മാഷുടെ ഇഷ്ടകവിയുടെ ഭാഷയിൽ, അന്തരീക്ഷത്തിൽ വൈദ്യുതി കട്ടപിടിച്ചുനിന്ന കാലം.

"ലോകത്തിലെ ഏറ്റവും മഹത്തായ സാഹിത്യം പലപ്പോഴും മനുഷ്യരെക്കുറിച്ചല്ല. പഞ്ചതന്ത്രകഥകളും ഹിച്ച്‌കോക്കിന്റെ *ദ് ബേർഡ്‌സും* മനുഷ്യരെക്കുറിച്ചല്ല," ഏറ്റവും ആദ്യത്തെ ക്ലാസ് തുടങ്ങി യത് ഇങ്ങനെയായിരുന്നു. അവസാനിച്ചതും ഓർമ്മയുണ്ട്. "എഴുത്തച്ഛ നെഴുതിയതുപോലെ സാർത്ര് എഴുതാത്തത് അവർക്കു നടുവിൽ നീഷേ ജീവിച്ചിരുന്നതുകൊണ്ടാണ്."

മഹാകവി കുമാരനാശാന്റെ *നളിനി*യെക്കുറിച്ചുള്ള ക്ലാസുകൾ, മലയാളനിരൂപണത്തിലെ മികവുറ്റ ആശാൻ പഠനങ്ങളെപ്പോലും തുടരുന്ന ഓരോ വാക്കിലും കീഴ്പ്പെടുത്തിക്കൊണ്ടിരുന്നു. വൈലോപ്പിള്ളിക്കവിതകൾ, ഫ്രോയ്ഡ് ഉൾപ്പെടെയുള്ള മഹാരഥന്മാരിൽ നിന്നും സ്വാംശീകരിച്ച സ്ഫോടകമായ സിദ്ധാന്തങ്ങൾക്കുള്ള ഉരകല്ലാണെന്നും ആശാനും ചങ്ങമ്പുഴയുമാണ് മാഷുടെ യഥാർത്ഥ കവികളെന്നും തോന്നിയിരുന്നു. *നളിനി*യുടെ ആദ്യ പദം 'നല്ല'യെക്കുറിച്ചുള്ള ക്ലാസുകൾ ഒരാഴ്ചയോളം നീണ്ടു "ആശാൻ ഓരോ പദത്തിലും ആശയങ്ങളുടെ ഇഷ്ടിക പടുത്തുയർത്തിയ കവിയാണ്. അതിന്റെ മറ്റൊരു മഹത്വം പദത്തിന്റെ ശിഥിലതയാണ്. ഘടകങ്ങളുടെ ശക്തി നഷ്ടപ്പെടാതിരിക്കാനാണ് ആശാൻ തന്റെ കവിതയ്ക്ക് മിനുക്കുപണി നടത്താതിരുന്നത്." അങ്ങനെ.

മലയാളം വകുപ്പിലെ വിദ്യാർത്ഥികൾക്ക് പുസ്തകമെടുത്തു കൊടുക്കുന്നതും അവ രേഖപ്പെടുത്തിവയ്ക്കുന്നതും വിജയൻമാഷ് തന്നെയായിരുന്നു എന്നത് ഒരത്ഭുതമായിരുന്നു. പ്രൈമറി സ്കൂൾകാലത്ത് പുസ്തകങ്ങൾ എടുത്ത് തന്നിരുന്നത് പി.ടി. മാഷായിരുന്നു. ഞാൻ ചോദിച്ച, അക്കാലത്തെ 'ഫാഷണബ്ൾ' ആയ പുസ്തകങ്ങളോടൊപ്പം ചോദിക്കാതെ എടുത്തുതന്നത് ഇറ്റാലിയൻ നവോത്ഥാനകാലത്തെ ശില്പി ഫെല്ലിനിയുടെ ആത്മകഥയും സ്റ്റെന്താളിന്റെ *ചുവപ്പും കറുപ്പും* എന്ന കൃതിയുമായിരുന്നു. ആശാനെപ്പോലെ മഹാന്മാരായ ചില വിദേശ കവികളെയും ഞാൻ കണ്ടെത്തുന്നത് അനുപമമായ ആ ലൈബ്രറിയിൽ നിന്നായിരുന്നു. സി.പി. കവഫി! ഫെർണാൻഡോ പെസ്സോവ! അയ്മേ സെസയർ! മിറോസ്ലാവ് ഹൊളുബ്!...

വിജയൻമാഷോടൊപ്പം വിദ്യാർത്ഥികൾ.
വിജയൻമാഷുടെ ഇടത്തേയറ്റത്ത് ലേഖകൻ

ഒരിക്കൽ *ആഫ്രിക്കൻ ട്രെഡീഷണൽ പോയട്രി* എന്ന പുസ്തകം അലമാരയിൽ നിന്നെടുത്ത് മറിച്ചുനോക്കി, “ചിലതെല്ലാം മലയാളത്തിൽ വായിച്ചിട്ടുണ്ടെന്നു” പറഞ്ഞു.

“എല്ലാം വന്നിട്ടുണ്ട്. ഓതർ വേറെയാണേന്നേ ഉള്ളൂ,” മൗനത്തിലേക്കു മുഴങ്ങിയ ചിരി.

ആ കവികളെ എനിക്കു മനസ്സിലായി.

അടിമുടി കുലുക്കിയ കണ്ടെത്തലുകൾ കുറ്റിത്തലമുടിക്കാരനായ ആ ജർമ്മൻ നാടകകൃത്ത്-കവിയെയും അദ്ദേഹം രണ്ടു കവിതകൾ കൊണ്ട് ആദരിച്ച, മിന്നൽ കൊരുത്ത നിരൂപകൻ വാൾട്ടർ ബെൻയാമിനുമായിരുന്നു. ‘രണ്ട് ആശയത്തേക്കാൾ നല്ലത് ഒരാശയമാണെ’ന്ന് സംശയങ്ങളിലും ഉറപ്പിച്ച കാലമായിരുന്നു. ധൂമിലതയെ കുറിച്ചുള്ള സംശയങ്ങൾക്ക് മറുപടി കിട്ടി:

“യുദ്ധകാലത്ത് തോക്ക് ലിംഗപ്രതീകമാണോ എന്നാരും ചോദിക്കില്ല.” ഞങ്ങൾ ഉത്തരങ്ങളുടെ കാലമെന്ന് സംശയിച്ചത് ചോദ്യങ്ങളുടെയും അന്വേഷണത്തിന്റെയും ആ കാലത്തെയാണെന്ന് പിന്നീടാണ് മനസ്സിലായത്. അക്കാലങ്ങളിലെ ഉത്തരങ്ങളുടെ ഒരാചാര്യൻ കാൽ നൂറ്റാണ്ടിനുശേഷം ആത്മകഥയ്ക്ക് പേരിട്ടത് *ഒരു അന്വേഷണത്തിന്റെ കഥ* എന്നായിരുന്നുവല്ലോ.

രാത്രി കനക്കുവോളം നീണ്ട സംഭാഷണങ്ങൾ. ഏതെല്ലാം ലോകങ്ങളിലൂടെ! ഒരിക്കലും പറയാനുദ്ദേശിക്കാത്തത് എന്നുറപ്പുള്ള കാര്യങ്ങൾ പോലും ചിലപ്പോൾ പുറത്തെടുത്തു. എം.ടി.വാസുദേവൻ നായരുടെ *രണ്ടാമൂഴം* തുടരനായി വന്നുകൊണ്ടിരുന്നപ്പോൾ അഭിപ്രായം ചോദിച്ചു: “അതെ ഭീമൻ നായർ,” മാഷ് പറഞ്ഞു. എം.ടി.യുടെ സ്വന്തമായ സാഹിത്യലോകത്തെ ആറ്റിക്കുറുക്കിയ ഒരു രസബിന്ദു. ആനന്ദിന്റെ *അഭയാർത്ഥിക*ളെക്കുറിച്ച് ചോദിച്ചപ്പോൾ, ‘എന്റെ നാട്ടുകാരനാ’ണെന്നു മാത്രം ചിരിച്ചുകൊണ്ട് പറഞ്ഞു. പിന്നീട് കത്തി കയറില്ലെന്ന് മനസ്സിലായി. (മദിരാശിയിൽ നിന്നുള്ള എന്റെ കത്തുകൾക്ക് മറുപടിയായി, “ഞാനീ ലോകത്തിൽ തന്നെയാണോ ജീവിക്കുന്നത് എന്ന് സംശയമുണ്ട്,” എന്ന് മാഷ് ഒരിക്കൽ എഴുതി. എനിക്ക് അതിശയമായി. ഞാനന്ന് “ചീത്തലൈ” എന്നു പേരുള്ള കവിയായി സംഘകാലത്തായിരുന്നു.)

രാത്രി വൈകി ധർമ്മടത്തെ മത്തുപിടിപ്പിക്കുന്ന ഇടവഴിയിലൂടെ-പോരാത്തതിനു പാലയും ഇലഞ്ഞിയും!-ബെർതോൾട് ബ്രെഹ്തിന്റെ, ‘ലാവോത്സു നാടുവിട്ടുപോകുന്നതിനിടെ *താവോ-തെ ചിങ്* എന്ന ഗ്രന്ഥം രചിച്ചതിനെക്കുറിച്ചുള്ള ഐതിഹ്യം’ എന്ന കവിതയിലെ,

But the honour should not be restricted
To the sage whose name is clearly writ
For the wise man s wisdom need to be extracted
So the customs man deserves his bit
It was he who called for it.

ഈ അന്ത്യചരണങ്ങൾ മൂളിനടന്നിരുന്നു. ഞങ്ങൾ പ്രസിദ്ധീകരിച്ചി
രുന്ന *അകം* എന്ന സാഹിത്യമാസികയിലായിരുന്നു. 'പരീക്ഷണാത്മക
സൗന്ദര്യശാസ്ത്രം' എന്ന പ്രഭാഷണ ലേഖനം അച്ചടിച്ചുവരുന്നത്.
1984-ൽ. *ചിതയിലെ വെളിച്ചത്തിൽ* 'ആധുനികകവിത' എന്ന പ്രഭാഷണ
ലേഖനം വന്നതിനുശേഷം, ഒന്നരപ്പതിറ്റാണ്ടു കാലത്തെ 'എഴുത്തില്ലായ്മ'
യുടെ വിരാമം.

വിജയൻമാഷുടെ നീണ്ട അധ്യാപനജീവിതം അവസാനിക്കുന്നത്,
എന്റെ അഭ്യർത്ഥനപ്രകാരമുള്ള 'മാർക്സിയൻ സൗന്ദര്യശാസ്ത്രം' എന്ന
ക്ലാസോടെയായിരുന്നു. വിടവാങ്ങൽ ലളിതവും നിരലങ്കൃതവുമായ
നാലുവാക്യങ്ങളിൽ ഒതുങ്ങി: "മുപ്പതിലേറെ വർഷങ്ങളായി ഞാനൊര
ധ്യാപകനായിട്ട്. ഇക്കാലമത്രയും ഞാനൊരു അധ്യാപകനല്ലാതിരിക്കാൻ
ശ്രമിക്കുകയായിരുന്നു. ഇന്ന് കാലം എന്നെ അതിൽ നിന്നും മോചിപ്പിച്ചി
രിക്കുന്നു. ആ കാലത്തിനു നന്ദി."

വ്യവസ്ഥാപിതമായ ആശയങ്ങളെ തകിടം മറിക്കുന്നതിൽ കേസരി
എ. ബാലകൃഷ്ണപിള്ളയെപ്പോലെ തന്നെ മാഷ് ഉത്സാഹിച്ചിരുന്നു, ഉത്സാ
ഹിക്കുന്നു. എന്റെ അനുഭവങ്ങളിൽ നിന്നുള്ള ഉദാഹരണങ്ങളെക്കാൾ,
രേഖപ്പെടുത്തിയ അനുഭവങ്ങളായിരിക്കും ഉചിതം. മാഷുടെ ചുരുക്കം
സുഹൃത്തുക്കളിലൊരാൾ, പ്രതിഭാശാലിയായ ജി.എൻ. പിള്ള എഴുതി:
"മഹാരാജാസ് കോളേജിൽ മലയാളം അസോസിയേഷന്റെ ആഭിമുഖ്യ
ത്തിൽ ഒരു സിംപോസിയം നടന്നുകൊണ്ടിരിക്കുകയായിരുന്നു. പ്രൊഫ.
എം.എസ്. മേനോൻ, പ്രൊഫ. എസ്. ഗുപ്തൻ നായർ എന്നിവരായി
രുന്നു അരങ്ങിലെ താരങ്ങൾ. എതിരാളികൾക്കുപോലും സ്വീകാര്യമായി
രുന്നു സിംപോസിയം. എങ്കിലും വിജയൻമാസ്റ്റർ കടിപ്പിച്ചു പറഞ്ഞു:
"ഇത്തരം കാര്യങ്ങളെ എതിർക്കുവാൻ തന്നെയാണ് തീരുമാനിച്ചി
രിക്കുന്നത്. ഈ വിവരം ഇതിന്റെ ഭാരവാഹികളോട് പറഞ്ഞേക്കൂ..."

ബ്രണ്ണൻകോളേജിൽ സഹപ്രവർത്തകരുടെ കൂടെ.
നിൽക്കുന്നവരിൽ ഇടത്തുനിന്ന് മൂന്നാമത് എം.എൻ. വിജയൻ

(മറ്റൊരിക്കൽ) "ഒരു വിദ്യാഭ്യാസ കേന്ദ്രത്തിൽ വെച്ച് സാഹിത്യത്തെക്കുറിച്ച് ചെയ്ത ഒരു പ്രസംഗത്തിൽ സന്ദർഭവശാൽ ഒരു പ്രൊഫസർ ഒരു സംശയം ഉന്നയിക്കുകയുണ്ടായി. ഡാവിഞ്ചിയെ കുറിച്ചായിരുന്നു സംശയം. പക്ഷേ അപ്രതീക്ഷിതമായിരുന്നു അതിന്റെ പ്രത്യാഘാതം. അതു കേട്ടവർ കേട്ടവർ നടുങ്ങിപ്പോയി. അതു കഴിഞ്ഞ് മഹാരാജാസിൽ ചെന്നു പ്രസംഗിച്ചപ്പോഴും ആവർത്തിച്ചു ആ ക്ഷോഭം. ഒടുവിൽ ഒരഞ്ചു കൊല്ലം കഴിഞ്ഞ് 'സഹ്യന്റെ മക'നെക്കുറിച്ചുള്ള പഠനമെഴുതി *മാതൃഭൂമി*യിൽ പ്രസിദ്ധീകരിച്ചപ്പോഴും ഒട്ടും കെടാതെ പഴയ മട്ടിൽത്തന്നെ കത്തിജ്ജ്വലിച്ചുനിന്നിരുന്നു ആ ക്രോധം. എത്ര ചെറിയ കാര്യം? എന്തൊരു പ്രതികരണം?

സ്നേഹവ്യഗ്രമായ ആ ചിത്തം നിഗ്രഹോത്സുകമായിത്തീരുന്നതിന് ഉദാഹരണങ്ങൾ ഏറെ. എ.ആർ. രാജരാജവർമ്മയെ മലയാളനിരൂപണത്തിന്റെ പിതാവായി വാഴിക്കുന്ന ഒരു തിസീസ് ഇറങ്ങിയതിനുശേഷമുള്ള ഒരു പ്രസംഗത്തിൽ ഇങ്ങനെ കേട്ടു: "എ.ആറിനു വലിയ കഥകൾ ചുരുക്കിപ്പറയാനറിയാമായിരുന്നു. അതിനപ്പുറം അദ്ദേഹം എന്തു നിരൂപകനാണെന്ന് എനിക്കറിഞ്ഞുകൂടാ." അധൃഷ്യനായ ജോസഫ് മുണ്ടശ്ശേരിക്കും സവ്യസാചിയായ കുട്ടികൃഷ്ണമാരാർക്കും നേരെ തൊടുത്ത അസ്ത്രങ്ങൾ ('പഴയ ശരിയും പുതിയ തെറ്റും,' *ചിതയിലെ വെളിച്ചം*) ലക്ഷ്യത്തിൽ തന്നെ തറച്ചു. മദിരാശിയിൽ, മാരാര് കൂടി പങ്കെടുത്ത ഒരുയോഗത്തിൽ എം.എൻ.വിജയൻ പ്രസംഗിച്ചതിനെപ്പറ്റി, "കൊച്ചുതൊമ്മൻ, ഹാസ്യകവിതയെന്ന് ഒരു യുവനിരൂപകൻ സ്ഥാപിക്കാൻ ശ്രമിക്കുന്നത് ഞാൻ എന്റെ രണ്ട് ചെവികൾ കൊണ്ടും കേട്ടിട്ടുണ്ട്," എന്ന് മാരാര് കളിയാക്കി എഴുതിയതിന് മറുപടി, "കേൾക്കാൻ ചെവി മാത്രം മതി, മനസ്സിലാക്കാൻ അതു പോരാ," എന്നായിരുന്നു. "കൃഷ്ണൻ പറയും, വിജയൻ കേട്ടാൽ മതി," എന്ന 'നർമ്മോക്തി'യിൽ നിരായുധനായ മാരാർക്ക് അഭയം തേടേണ്ടിവന്നു.

ഏതാണ്ട് ഒന്നര പതിറ്റാണ്ടുമുമ്പ്, കേരള സർവകലാശാല ഒരുക്കിയ മൂന്നുദിവസം നീണ്ട കുമാരനാശാൻ പ്രഭാഷണത്തിന് മാഷെ അനുഗമിച്ചിരുന്നു. കാവ്യകലയെക്കുറിച്ചുള്ള പതിനാറായിരത്തിയെട്ടു നിർവചനങ്ങളിൽ ഏറ്റവും മികവുറ്റ ഒരു നിർവ്വചനം, 'കാവ്യകല കാറ്റിനെ മേയ്ക്കലാണ്' എന്നതാണെങ്കിൽ ആ പ്രഭാഷണത്തെയും അങ്ങനെതന്നെ നിർവചിക്കണം. 'ഏകാന്തം വിഷമമൃതാക്കിയ' ആശാൻകവിതയുടെ മൂല്യം നമ്മെ നിരന്തരമായി അസ്വസ്ഥമാക്കുന്നു, അതു മാത്രമാണ് എന്നവസാനിച്ച ആ ദീർഘപ്രഭാഷണം, പരപ്പിലേക്കും അഗാധതയിലേക്കും തുഴഞ്ഞ ആ ആഴക്കടൽ സഞ്ചാരം, എങ്ങനെയാണ് മനസ്സിലാക്കപ്പെട്ടത് എന്നെനിക്കറിഞ്ഞുകൂടാ. ഡോ.കെ.അയ്യപ്പപ്പണിക്കർ കുസൃതി പുരശിയ പുഞ്ചിരിയോടെ മുൻവരിയിൽ മൂന്നു ദിവസവും കാതു കൂർപ്പിച്ചിരുന്നത് ഓർമ്മയുണ്ട്. 'ഗൗതമബുദ്ധന്റെ കായതപഃക്ലേശങ്ങൾ സഹിക്കാതെ

തന്നെ സൗവർണമധ്യമാർഗത്തിലെത്തിച്ചേർന്ന' പ്രൊഫ. എസ്.ഗുപ്തൻ നായർ രണ്ടാംമുണ്ടിന്റെ ചുളിവു നിവർത്തി പ്രസംഗത്തിനിടെ എഴുന്നേറ്റു പോവുന്നതും.

ഈ മധ്യമാർഗത്തെ പിന്നീടൊരിക്കൽ ഒരു ഉപമയിലൂടെ കശക്കുകയുമുണ്ടായി. “ഒരാൾ കിണറ്റിൽ വീണാൽ അയാളെ രക്ഷിക്കാനുള്ള വഴി കിണറ്റിൽ വീണയാൾ പകുതി കയറി വരികയും രക്ഷിക്കേണ്ട ആൾ പകുതി ഇറങ്ങുകയുമാണോ?” വെട്ടൊന്ന്, മുറി രണ്ട്.

എം.എൻ. വിജയൻ വയനാട്
പുഞ്ചവയലിലെ ജൈനക്ഷേത്രത്തിൽ

ഫോട്ടോ: ഒ.കെ. ജോണി

ആശാൻപ്രഭാഷണം തീർന്നതിന്റെ പിറ്റേന്നാൾ മാഷോടൊപ്പം കന്യാകുമാരിയിലേക്കു പോയിരുന്നു. വിവേകാനന്ദപ്പാറയിലേക്ക് പോകാനായി ബോട്ടു കാത്തുനിൽക്കുമ്പോൾ സ്വാമി വിവേകാനന്ദൻ തോണി യാത്രയ്ക്ക് പണം തികയാഞ്ഞ് നീന്തിക്കടന്ന സ്ഥലത്തെക്കുറിച്ച് മാഷ് സൂചന തന്നു.

“മാഷ് മുമ്പ് കന്യാകുമാരിയിൽ വന്നിട്ടുണ്ടോ?” ഞാൻ ചോദിച്ചു.

മാഷ് നിഷേധാർത്ഥത്തിൽ തലയാട്ടി. ഈ നൂറ്റാണ്ടിന്റെ ചിന്തയേയും ചരിത്രത്തെയും അട്ടിമറിച്ച യാത്രയെയും നരവംശത്തെയും സംബന്ധിച്ച പുസ്തകത്തിന്റെ-ക്ലോദ് ലെവി-സ്ട്രോസിന്റെ *ത്രിസ്തെ ത്രോപ്പിക്സ്*-അവിശ്വസനീയവും അമ്പരപ്പിക്കുന്നതുമായ തുടക്കം ഓർമ്മിച്ചു: I hate travelling and explorers. വിജയൻ മാഷ് സ്വന്തം ഇച്ഛയാൽ കേരളത്തിനകത്ത് സഞ്ചരിച്ചത് ഒരേ ഒരിടത്തേക്കാകാം-വയനാട്ടിലെ എടക്കൽ ഗുഹയിലേക്ക്.

മൂടിക്കെട്ടിയ ആകാശം പോലെയായിരുന്നു, പരിചയപ്പെടുന്ന കാലത്ത് മാഷെ കണ്ടിരുന്നത്. അനന്യമായ ആ ചിരിയുടെ വേളയിൽ മാത്രം കാർമേഘത്തിന്റെ പാളി തെല്ലിട നീങ്ങിയിരുന്നു. സെൻ ഗുരുക്കന്മാരെ ചൂഴ്ന്നുനിൽക്കുന്ന 'ഭൗതികമായ നിഗൂഢത' മൂലം മാഷെ സംബന്ധിച്ച യാഥാർത്ഥ്യങ്ങൾക്ക് അതേ വേഗതയിൽ കെട്ടുകഥകളുടെ ചിറകുകൾ

മുളച്ചിരുന്നു. അങ്ങനെ പെരുമ നേടിയ നിരവധി കഥകളിൽ ഒന്ന്, കമ്മ്യൂണിസ്റ്റ് വിരുദ്ധതയുടെ കൊടികുത്തിയ ഒരു നിരൂപകനെക്കുറിച്ചാണ്. വിജയൻമാഷ് തലശ്ശേരിയിൽ നിന്നും മീൻ മേടിച്ച് വീടെത്താൻ ബദ്ധപ്പെട്ടു നടക്കുമ്പോൾ നിരൂപകൻ കുറുകെച്ചാടി ചോദിക്കുന്നു:

"മാഷേ, സൂസൻ സോണ്ടാഗിനെക്കുറിച്ചെന്താണഭിപ്രായം?"

മാഷ്: "പക്ഷേ, മീൻ ചീഞ്ഞുപോകും."

ഇതിലെ 'പക്ഷേ' വളരെക്കാലം എന്നെ വിസ്മയിപ്പിച്ചിരുന്നു. കഥയിലെ ചോദ്യം കഥയെ കെടുത്തിക്കളയും എന്ന് പേടിച്ച് സത്യാവസ്ഥ തിരക്കിയില്ല. എങ്കിലും, ഈ കഥ മനസ്സിൽ വെച്ച് ഒരിക്കൽ ചോദിച്ചു:

"മാഷ് ഒരിക്കലും മീൻ കഴിച്ചിട്ടില്ലേ?"

"ഒരിക്കൽ, ബെറ്റു വെച്ചു കഴിച്ചിട്ടുണ്ട്."

കഥകളും ഐതിഹ്യങ്ങളുമാണ്, തെയ്യങ്ങളുടെ ചരിത്രത്തിലെന്നപ്പോലെ, മനുഷ്യാവസ്ഥയുടെയും ചരിത്രത്തിന്റെയും മർമ്മത്തിൽ തൊടുന്ന വിലയിരുത്തലുകൾ. പാശ്ചാത്യവൽക്കരിക്കപ്പെട്ട യുക്തിയിലും ഇത്തരം വിലയിരുത്തലുകൾ, ചിലപ്പോൾ പാളിയിട്ടില്ല, ഒരുപക്ഷേ, കവിയുടെ യുക്തിയായതിനാൽ. സിഗ്മണ്ട് ഫ്രോയ്ഡിന്റെ ഭൗതികസാന്നിധ്യം ഇല്ലാതായപ്പോൾ കവി ഡബ്ല്യു.എച്ച്.ഓഡൻ പാടി:

> if often he was wrong and, at times, absurd,
> to us he is no more a person
> now but a whole climate of opinion
> under whom we conduct our different lives.

എന്റെ ഗുരുനാഥനെ ആരാധിച്ച് നിർഗുണനാക്കാനോ വ്യാഖ്യാനിച്ച് നിർവീര്യനാക്കാനോ, ഇല്ല. ഗുരുപൂജയുടെ ഉന്നതരൂപം ഗുരുനിഷേധമാണെന്ന് എന്നെ പഠിപ്പിക്കാതെ തന്നെ പഠിപ്പിച്ചതിനാൽ. വിജയൻമാഷുടെ തന്നെ വാക്കുകൾ കടമെടുത്താൽ, ഈ ലേഖനത്തിൽ ഇണങ്ങിയും പിണങ്ങിയും നിൽക്കുന്ന ആശയങ്ങളെ അവയുടെ പാട്ടിനു വിട്ടിരിക്കുന്നു.

(2000)

നിന്റെ വിളക്ക്
നീ തന്നെയാകുന്നു

ബുദ്ധന്റെ പരമ്പരയിൽപെട്ട അധ്യാപകനാണ് വിജയൻമാഷ്. ഊരാ ച്ചേരി ഗുരുനാഥന്മാർ തൊട്ടുള്ള അധ്യാപക പരമ്പരയിൽ മാഷ് വേറൊരു അധ്യാപകനായിരുന്നു. അഥവാ അധ്യാപകനേ അല്ല.

ഇതെന്റെ വ്യാഖ്യാനമല്ല, അനുഭവസത്യം. 1985 മാർച്ച് 31-ന്, അധ്യാ പക സ്വരൂപം അഴിച്ചുവെച്ച്, തലശ്ശേരി ഗവ. ബ്രണ്ണൻ കോളേജിലെ രണ്ടാം വർഷം എം.എ.ക്ലാസ്മുറിയിൽ, ഞാനുൾപ്പെടെ പതിനഞ്ചു വിദ്യാർത്ഥികളോട് മാഷ് പറഞ്ഞു: "മുപ്പതിലേറെ വർഷമായി ഞാനൊരു അധ്യാപകനായിട്ട്. ഇക്കാലമത്രയും ഞാനൊരു അധ്യാപകനല്ലാതിരി ക്കാൻ ശ്രമിക്കുകയായിരുന്നു. ഇന്ന് കാലം എന്നെ അതിൽനിന്ന് മോചി പ്പിച്ചിരിക്കുന്നു. ആ കാലത്തിന് നന്ദി."

ബുദ്ധനെക്കുറിച്ച്, ആലോചിക്കാൻ നല്ല രസമുണ്ട്, ഒരു കഥയുണ്ട്. ബുദ്ധൻ പലപ്പോഴും ചോദ്യം ചോദിക്കുന്നവരോടല്ല ഉത്തരങ്ങൾ പറഞ്ഞിരുന്നത്. കാരണം, ചോദ്യം ചോദിക്കുന്നവർക്ക് ഉത്തരം പകുതി യെങ്കിലും അറിയുമെന്നും ആ പാതിവിവരം തെറ്റിലേക്ക് നീളുമെന്നും ബുദ്ധൻ കരുതിക്കാണണം. അതിനാൽ ചോദ്യം ചോദിക്കാത്ത വരോടാണ് ഉത്തരങ്ങൾ പറഞ്ഞത്.

"മഹാന്മാർ പലപ്പോഴും മണ്ടത്തരങ്ങളേ പറഞ്ഞിട്ടുള്ളൂ," ഒരിക്കൽ ക്ലാസിൽ ഇങ്ങനെ കേട്ടു. "സ്ത്രീകൾക്ക് 28 പല്ലുകളാണുള്ളതെന്ന് അരി സ്റ്റോട്ടിൽ പറഞ്ഞിട്ടുണ്ട്. അതു പറയും മുമ്പ് അദ്ദേഹത്തിന് രണ്ടു ഭാര്യ മാരിൽ ആരുടെയെങ്കിലും പല്ലെണ്ണിനോക്കാമായിരുന്നു."

അക്കാലം തൊട്ടേ ഒരു രാത്രിഞ്ചരനും പുലർകാല സഞ്ചാരിയുമായി രുന്നു ഞാൻ. മാഷുടെ ക്ലാസുകൾ രാവിലെ ഒമ്പതുമണി മുതൽ പതി നൊന്നുമണിവരെയായിരുന്നു. പല്ലുതേച്ച് മുഖം കഴുകി, നേരെ ക്ലാസി ലേക്ക്. ക്ലാസ് കഴിഞ്ഞ് മുറിയിലെത്തിയാണ് കുളിയും തേവാരവും.

ഒന്നിടവിട്ട ദിവസങ്ങളിൽ നളിനിയും സൗന്ദര്യശാസ്ത്രവുമാണ് മാഷ് പഠിപ്പിച്ചിരുന്നത്. അപാരമായ ക്ലാസായിരുന്നു. അപാരത്തിന്റെ അർത്ഥം

വിജയൻമാഷോടൊപ്പം,
കൊച്ചിയിൽ സുനീതയുടെ വീട്ടിനുമുന്നിൽ, 1996

പിന്നീട് പറഞ്ഞുതന്നു. "അപാരം എന്നുവെച്ചാൽ (ചിരി) പൊട്ടക്കിണ റെന്ന് അർത്ഥം. കവികൾ അവരുടെ ചെറിയ ലോകത്ത് മണ്ണപ്പം ചുട്ടു കളിക്കുന്നു. എന്നിട്ട് തങ്ങളുടെ ലോകം വലുതാണെന്നു കരുതുന്നു. (ചിരി) അപാരേ കാവ്യസംസാരേ, കവിരേവ പ്രജാപതി."

പ്രകോപിപ്പിച്ചാൽ മാഷുടെ ചിന്തകൾ ആളുമെന്ന് മനസ്സിലാക്കിയി രുന്നു. കോഴിക്കോട്ട്, മാഷ് എഡിറ്റ് ചെയ്ത *കേസരിയുടെ സാഹിത്യ വിമർശങ്ങൾ*, പ്രകാശനം ചെയ്ത വേളയിൽ കേസരി വലിയ പണ്ഡിത നായിരുന്നുവെന്നും സഹൃദയത്വം കുറവായിരുന്നുവെന്നുമുള്ള ഡോ. സുകുമാർ അഴീക്കോടിന്റെ പ്രഭാഷണത്തിന് ശേഷം മാഷ് തുടങ്ങിയത് ഇങ്ങനെയായിരുന്നു: "കേസരിക്ക് ആരുടെയും മംഗളപത്രം ആവശ്യമില്ല. എന്ന് എതിർക്കപ്പെടാതിരിക്കുന്നുവോ അന്ന് കേസരി കേസരിയല്ല."

ക്ലാസിൽ, ഒരിക്കൽ ഒരു സന്ദർഭത്തിൽ ഞാൻ പ്രകോപിപ്പിച്ചു: "കെ.പി. അപ്പൻ അങ്ങനെയല്ലല്ലോ പറയുന്നത്?"

"കോളിൻ വിൽസൺ പലതും പറഞ്ഞിട്ടുണ്ട്," മറുപടി കിട്ടി.

മലയാളം പരിചയിക്കാത്തതരം ഫലിതമായിരുന്നു മാഷുടേത്. അതിൽ തോലനോ കുഞ്ചനോ സഞ്ജയനോ വി.കെ.എന്നോ ഇല്ല. ശ്രീനാരായണഗുരു ലേശം ഉണ്ട്. അത് പ്രപഞ്ചത്തെ ഒരു മാത്രയിൽ തിളക്കിക്കാണിക്കുന്ന മിന്നൽ ആയിരുന്നു. "കൊച്ചുതൊമ്മൻ ഒരു ഹാസ്യകവിതയല്ലെന്ന് ഒരു യുവനിരൂപകൻ തെളിയിക്കാൻ ശ്രമിക്കുന്നത് എന്റെ രണ്ടു ചെവികൊണ്ടും കേട്ടിട്ടുണ്ട്," എന്നു പറഞ്ഞ കുട്ടികൃഷ്ണ

കൊടുക്കാനുള്ള കോഴി

മാരാരോട് "കേൾക്കാൻ ചെവി മാത്രം മതി, മനസ്സിലാക്കാൻ അതു പോരാ," എന്നു പറഞ്ഞത് ഫലിതം മാത്രമല്ലല്ലോ.

പണ്ടൊരിക്കൽ, തിരുവനന്തപുരത്ത് മിത്രനികേതനിൽ ഒരു പ്രഭാഷണത്തിന് മാഷെ അനുഗമിച്ചിരുന്നു. മാഷുടെ പ്രഭാഷണം കഴിഞ്ഞ് അവിടെ ചുറ്റിത്തിരിഞ്ഞ എന്നോട്, നമ്മുടെ കാലത്തെ ഹാസ്യസമ്രാട്ടായി വാഴ്ത്തപ്പെടുന്ന ഒരു കവി, ദൂരെ ആരോടോ വർത്തമാനം പറഞ്ഞിരിക്കുന്ന മാഷെ ചൂണ്ടിക്കാട്ടി പറഞ്ഞു: 'അത് പ്രൊഫസർ എം.എൻ. വിജയൻ. അങ്ങനെ എപ്പോഴും കിട്ടില്ല. പോയി, നിങ്ങൾ കുട്ടികൾ സംശയങ്ങൾ തീർത്തുകൊള്ളൂ."

മാഷുടെ മുറിയിലായിരുന്നു ഞാനും. മാഷ് വന്നപ്പോൾ അക്കാര്യം പറഞ്ഞു. മാഷ് പൊട്ടിച്ചിരിച്ചു. "നല്ല മനുഷ്യനാണ്," തുടർന്നുള്ള മൗനം ഇങ്ങനെ ചിതറി. "ഹ്യൂമർ തീരെ ഇല്ലെന്നേയുള്ളൂ."

വാക്കുകളെക്കുറിച്ച്, അതിന്റെ ശുദ്ധിയെക്കുറിച്ച് ഇത്രയേറെ ധ്യാനിച്ച മറ്റൊരാളെ നേരിട്ടു പരിചയമില്ല. കാസർകോട്ട് ഞങ്ങൾ ഒരുക്കിയ ബഷീർ പ്രഭാഷണത്തിന്റെ തുടക്കം ഓർക്കുന്നു:

"ബഷീറിൽ.....ഒരു...." ആ രണ്ടു വാക്കുകൾക്കു ശേഷമുള്ള അർധവിരാമം രണ്ടു മിനിറ്റിലേറെ നീണ്ടു. അഷ്ടദിക്കുകളിൽ നിന്നും കൊടുങ്കാറ്റ് വീശിയതിനാൽ പ്രയാണം മുടങ്ങിയ പായ്ക്കപ്പലിന്റെ നാവികനെപ്പോലെ, മാഷ് കുഴങ്ങി, "ഒരു....മിത്തിക്കൽ ഹീറോ ഉണ്ട്, ആ വാക്ക് ഞാൻ ഒഴിവാക്കാൻ ശ്രമിക്കുകയായിരുന്നു."

നമ്മുടെ വലിയ കവികളെപ്പോലും കീഴ്പ്പെടുത്തുന്ന കല്പനകളിൽ ചിലപ്പോൾ സ്തബ്ധനായിട്ടുണ്ട്. "പഴയ പ്രേമലേഖനങ്ങൾ വായിച്ചു നോക്കുന്ന കാമുകനെപ്പോലെ പശു അയവിറക്കുകയും...." "വളരെയധികം പുല്ല് തിന്നുകയും വളരെക്കുറച്ച് മാത്രം പാൽ തരികയും ചെയ്യുന്ന പശുവാണ് സൗന്ദര്യശാസ്ത്രം" "യുദ്ധകാലത്ത് തോക്ക് ലിംഗപ്രതീകമാണോ എന്ന് ആരും ചോദിക്കില്ല," രണ്ടാമൂഴത്തിന്റെ

വിജയൻമാഷോടൊപ്പം, മിത്രനികേതൻ ക്യാമ്പിൽ.
നിൽക്കുന്നവരിൽ നടുവിലെ വരിയിൽ ഇടത്തേയറ്റത്ത് ലേഖകൻ

സത്തയെക്കുറിച്ച്, "ഭീമൻ നായർ," പുരോഗമന സാഹിത്യത്തിന്റെ 'ശാശ്വതമൂല്യ'ത്തെക്കുറിച്ച്, "വണ്ടി ഓടിക്കഴിഞ്ഞ് പെട്രോൾ എവിടെ എന്നാരും ചോദിക്കാറില്ല," അങ്ങനെ എത്രയോ.

മാഷെ പരിചയപ്പെടുന്ന കാലത്ത് കുറച്ചുകാലം ജിദ്ദു കൃഷ്ണമൂർത്തിയിൽ പെട്ടുപോയിരുന്നു. 'ഗുരുവാകാൻ വിസമ്മതിച്ച ഗുരു' വിന്റെ, 'സർവ്വതന്ത്രസ്വതന്ത്രമായ' നിലപാടുകളോട് അടുപ്പം തോന്നിയിരുന്നു. *കരുണ*യിലെ സായാഹ്നസന്ധ്യാരാത്രികളിൽ, ജിദ്ദുവിനെ മാഷുടെ ചിന്തയിൽ ഉരച്ച് പൊന്നോ മുക്കോ എന്നു കണ്ടെത്താൻ നോക്കി. പുഞ്ചിരിക്കുകയോ പൊട്ടിച്ചിരിക്കുകയോ അല്ലാതെ ഒരു വാക്കും പുറത്തുവരുന്നില്ല. അവസാനമെപ്പോഴോ രണ്ടു വാക്കുകൾ പുറത്തുവന്നു.

"വായിക്കാൻ രസമാണ്."

മാഷുടെ അധ്യാപനജീവിതം അവസാനിക്കുന്നത്, എന്റെ അഭ്യർത്ഥന പ്രകാരം, മാർക്സിയൻ സൗന്ദര്യശാസ്ത്രത്തെക്കുറിച്ചുള്ള ക്ലാസോടെയായിരുന്നു. മൂന്നു ദിവസങ്ങൾ നീണ്ട ക്ലാസ്. തനിക്ക് ഇണക്കവും പിണക്കവുമുള്ള ആ തത്ത്വശാസ്ത്രത്തെ സമന്വയിപ്പിക്കാൻ ശ്രമിക്കുമ്പോഴും മാഷ് തന്റെ വീട്ടിൽ, വിയന്നയിലെ വീട്ടിൽ, ഇടയ്ക്കിടെ പോയി വന്നത് ഓർക്കുന്നു.

താൻ 'ഏകമുഖ'നും 'ശുദ്ധഗതി'ക്കാരനുമാണെന്ന 'ആരാധകധാരണ'യ്ക്കു നേരെ, ബ്രണ്ണനോടുള്ള വിടവാങ്ങൽ പ്രസംഗത്തിൽ മാഷ് ഒളിയമ്പെയ്തു: "ഈയിടെ മാഹി കോളേജിലെ ലൈബ്രേറിയൻ എന്റെ വീട്ടിൽ വന്നു. വഴിതെറ്റി വീടിന്റെ പിൻവശത്തു കൂടിയാണ് അവർ വന്നത്. പൂമുഖത്ത് അവർ എന്നെ കണ്ടെത്തി. എടുത്തപാടേ എന്നോട് ചോദിച്ചു: "മാഷേ, മാഷുടെ വീടിനും രണ്ടു മുഖങ്ങളുണ്ടോ?"

മാഷുടെ 'കടുകടുത്ത' ആരാധകരെ പരിഹസിക്കാനും ഞങ്ങൾ (കെ. ബാലകൃഷ്ണൻ, ടി.കെ.ഉമ്മർ, പ്രസാദൻ തുടങ്ങിയ സുഹൃത്തുക്കളെ ഓർമ്മിക്കുന്നു.) ഉത്സാഹിച്ചിരുന്നു. തലശ്ശേരിയിൽ വോളിബോൾ കാലമായിരുന്നു അത്. മാഷുടെ പ്രഭാഷണങ്ങൾ പോലെതന്നെ ജിമ്മി ജോർജ്ജിന്റെ കളിയും ആസ്വദിച്ച കാലം. അക്കാലത്ത് മാഷുടെ ഒരു ആരാധകനെ വഴിയിൽ കണ്ടുമുട്ടി:

"വിജയൻമാഷ് സ്റ്റേഡിയത്തിൽ വോളിബാൾ മൽസരം ഉദ്ഘാടനം ചെയ്യുന്നുണ്ട്," ഞാൻ പറഞ്ഞു.

"മാഷോ? വോളിബോൾ മത്സരമോ? ഒരു സാധ്യതയുമില്ല," ആരാധകൻ.

"എങ്കിൽ ശരി. ഞാൻ പോകുന്നുണ്ട്."

മാഷെ പ്രസംഗത്തിന് കാണാഞ്ഞ്, ആരാധകൻ തിരിച്ച് *കരുണ*യിലേക്ക് പോയി. മാഷുടെ പ്രസംഗമുണ്ടെന്നറിഞ്ഞ് സ്റ്റേഡിയത്തിൽ പോയിരുന്നു എന്നു പറഞ്ഞപ്പോഴേ മാഷ് പൊട്ടിച്ചിരിച്ചത്രെ. "വഴിയിൽ രത്നാകരനെ കണ്ടിരുന്നോ?"

കൊടുക്കാനുള്ള കോഴി

വിജയൻമാഷ്, അംഗീകരിച്ച്, ചില ചിരികളല്ലാതെ, ഒരു വാക്കുപോലും എനിക്കു തന്നിട്ടില്ല. പക്ഷേ, ഒരിക്കൽ, ബഷീറിനെ വരച്ച നാല് ചിത്രകാരന്മാർ 'കുട്ടിത്തര'ങ്ങളാണെന്ന് സ്ഥാപിച്ച് ലേഖനമെഴുതിയതിന്റെ പിറ്റേ ആഴ്ച *ദേശാഭിമാനി* വാരികയിലെ 'കാഴ്ചപ്പാട്' കോളത്തിന്റെ തുടക്കം ഇങ്ങനെ വായിച്ചു: "അങ്ങനെ നമ്മുടെ കലയും കലാനിരൂപണവും മൗലികമായിത്തന്നെ ചോദ്യം ചെയ്യപ്പെട്ടുതുടങ്ങിയിരിക്കുന്നു." എന്റെ പേരും നാളും അതിൽ ഉണ്ടായിരുന്നില്ല.

പടവാളേന്തിയ ജ്ഞാനിയെപ്പോലെ മനോഹരമായ കാഴ്ച ലോകത്തിൽ വേറൊന്നില്ലെന്ന് യാങ്ചോ സിനിമയിലെ ഒരു കഥാപാത്രം പറയുന്നുണ്ട്. ബെർണാഡ് ഷാ മൊഴിക്കു ശേഷമുള്ള തെളിഞ്ഞ പുഞ്ചിരിക്കും ചാരനിറമാർന്ന മഹാശൂന്യതയ്ക്കും നടുവിൽ മാഷ് പറയാൻ ശ്രമിച്ചത് എന്താണ്? കുറ്റിത്തലമുടിക്കാരൻ കവിയുടെ ഈ കാവ്യശകലം അതിനുത്തരം പറയും എന്ന് എനിക്കു തോന്നുന്നു.

"വഴികൾ എന്നെ
ചതിക്കുഴികളിലേക്കു നയിച്ചു.
വാക്കുകൾ എന്നെ
കശാപ്പുകാരന്റെയടുത്തെത്തിച്ചു.
എനിക്കൊന്നും തന്നെ ചെയ്യാനായില്ല.
പക്ഷേ, ഞാനില്ലായിരുന്നുവെങ്കിൽ
അധികാരികൾ
അവരുടെ ഇരിപ്പിടത്തിൽ
കൂടുതൽ സുരക്ഷിതരായി
ഇരിക്കുമായിരുന്നു.
ഇതാണ് എന്റെ പ്രതീക്ഷ."

(2007)

ചെറ്റയിൽ തിരുകിയ നോട്ട്

കേസരി (എ.ബാലകൃഷ്ണപിള്ള)യെ ഞാൻ കണ്ടിട്ടില്ല. കാണാൻ കൊതിച്ചിരുന്നു. (പറവൂരിലേക്ക്) ബോട്ടുകൂലിയായ ഒന്നര അണ കൈയി ലുണ്ടായിരുന്നില്ല.

എം.എൻ.വിജയൻ എന്നോട് ഒരു സംഭാഷണത്തിൽ പറഞ്ഞത്.

(കേസരിയുടെ കൃതികൾ എഡിറ്റ് ചെയ്ത് പ്രസിദ്ധീകരിച്ചതിൽനിന്ന് ലഭിച്ച) വലിയ വരുമാനം ഒരു ചില്ലിക്കാശുപോലും സ്വീകരിക്കാതെ കേസരിയുടെ വിധവയ്ക്ക് സമർപ്പിക്കുകയാണ് ഈ ആദർശധീരൻ ചെയ്തത്. ഇല്ലായ്മകളും വല്ലായ്മകളും വളരെയേറെ അനുഭവിച്ച വിജയൻ മാസ്റ്റർക്ക് സ്ഥാനമാനങ്ങളോടെന്നല്ല, പണത്തിനോടുപോലും അവഗണനയും കുറെയൊക്കെ പുച്ഛവുമായിരുന്നു.

പി. ഗോവിന്ദപ്പിള്ള,
കലാകൗമുദി, 2007 ഒക്ടോബർ 14

വിജയൻമാഷുടെ മരണത്തിനുശേഷം, അങ്ങനെയൊരു മരണം കേരളം അനുഭവിച്ചിട്ടില്ലാത്തതിനാലാകാം, പല ചർച്ചകളും ഉണ്ടായി. മരണം എന്ന പ്രതിഭാസം പോലും ചർച്ചാവിഷയമായി. മറ്റു ചർച്ചകളിൽ, പലരുടെയും ഉള്ളും ഉള്ളിലിരിപ്പും പൂച്ചും പൂച്ചയും പുറത്തായി. അതത്രയും നന്നായി എന്നാണ് എന്റെ അഭിപ്രായം. അല്ലെങ്കിൽ ആ മഹച്ചരമം അത്രയേറെ 'ദരിദ്ര'മാകുമായിരുന്നു. ഹാ! നാം, മലയാളി കളുടെ മാതൃഭൂമി!

വളരെ പ്രധാനപ്പെട്ട ചില സംഗതികൾ കൂടി, വിശേഷിച്ചൊന്നും ഉദ്ദേ ശിക്കാതെതന്നെ, വിഷയമായി. പണം, പണത്തിന്റെ ഉപയോഗം. അഭി പ്രായം, അഭിപ്രായത്തിന്റെ ഉപയോഗം.

'എഗൻസ്റ്റ് ഇന്റർപ്രിറ്റേഷൻസി'ൽ എനിക്കു വലിയ വിശ്വാസം പോരെ ങ്കിലും 'വിജയൻ മാസ്റ്റർക്ക് പണത്തോട് അവഗണനയും കുറെയൊക്കെ പുച്ഛവുമായിരുന്നു'വെന്ന പി.ജിയുടെ പരാമർശം ഒരു വ്യാഖ്യാനമായേ കരുതാനാവൂ. 'കൃത്രിമനാഗരിക സമൂഹ'ത്തിൽ മനുഷ്യന് ആവശ്യമായ

ഒരു വസ്തു എന്നേ മാഷ് പണത്തെക്കുറിച്ച് കരുതിയിരുന്നുള്ളൂ എന്നാണ് എന്റെ അനുഭവം.

അഭിപ്രായവുമായി ബന്ധപ്പെട്ട് വിജയൻമാഷെക്കുറിച്ചുള്ള ഓർമ്മകൾ എന്റെയുള്ളിൽ പാരാവാരമാണെങ്കിലും, പണവുമായി ബന്ധപ്പെട്ട് കൊച്ചരുവിയുടെയത്രയേ ഉള്ളൂ. 'നിസ്സാരമായ സംഭവങ്ങളേയില്ല,' എന്നായിരുന്നു മാഷുടെ അഭിപ്രായമെങ്കിലും 'നിസ്സാരമായ' ചില ഓർമ്മകൾ പങ്കുവെയ്ക്കാൻ അനുവദിച്ചാലും. മുഷിയുമെന്ന് തോന്നുന്ന വായനക്കാർ മൂന്നാലു ഖണ്ഡികകൾ ചാടിക്കടന്ന് വായിച്ചാലും.

ബ്രണ്ണനിൽ മാഷുടെ വിദ്യാർത്ഥിയായി എം.എക്ക് പഠിക്കുമ്പോൾ (1984–85) കണ്ണൂരിൽ കളിച്ചിരുന്ന, ഗോവിന്ദ് നിഹലാനിയുടെ *ആക്രോശ്* എന്ന ചിത്രം കാണാൻ എനിക്കും സുഹൃത്തുക്കൾക്കും (കെ.ബാലകൃഷ്ണൻ, ടി.കെ.ഉമ്മർ) മോഹമുദിച്ചു. 'അഞ്ചിന്റെ പൈസ' ആരുടെയും കൈയിലില്ല. കണ്ടെത്താനുള്ള വഴിയും അടഞ്ഞു. വിജയൻമാഷ് ഡിപ്പാർട്ടുമെന്റിൽ ഏതോ പുസ്തകം വായിച്ചിരിപ്പുണ്ട്. സുഹൃത്തുക്കൾ 'ചാവേറാ'യി എന്നെ വിട്ടു. അച്ഛനോട് പൈസ ചോദിച്ചിരുന്നതുപോലെ, തലചൊറിഞ്ഞ്, ആവശ്യം പറഞ്ഞു. മാഷ് എഴുന്നേറ്റ്, തന്റെ 'ഡിസൈനർ' ഷർട്ടിന്റെ കീഴരികിലെ രണ്ട് കീശകളിലും ഉണ്ടായിരുന്ന മുഴുവൻ പൈസയും രണ്ട് കൈകളിലുമായി എടുത്ത്, കൈകൾ കുടന്നയാക്കി എന്റെ മുന്നിലേക്ക് നീട്ടി. ഗുണകോഷ്ഠം, കുട്ടിക്കാലംതൊട്ടേ ഹൃദിസ്ഥമായിരുന്നതിനാൽ, ഞങ്ങൾ മൂന്നുപേരുടെയും യാത്രാ ടിക്കറ്റ്, തിരിച്ചു പോരുമ്പോൾ ഇരുനൂറുമില്ലി വീതം ചാരായം, ചെറുതായൊരു

വിജയൻമാഷും ശാരദച്ചേച്ചിയും
എന്റെ വിവാഹവേളയിൽ, 1995 മേയ് 3

അത്താഴം എന്നിവയുടെ ചെലവ് മനസ്സിൽ കൂട്ടി, അമ്പതുരൂപ നുള്ളി യെടുത്തു.

പ്രസംഗയാത്രകൾക്ക് മാഷെ അനുഗമിച്ചിരുന്നപ്പോഴെല്ലാം തീവണ്ടി ടിക്കറ്റ് എടുത്തത് മാഷായിരുന്നു. കാശുള്ളപ്പോൾ ടിക്കറ്റെടുക്കാൻ മുതിർന്നിട്ടുണ്ടെങ്കിലും മാഷ് കൈ വിലങ്ങനെവെച്ച് വിലക്കിയിരുന്നു.

എന്റെ വിവാഹത്തിന് മാഷും ശാരദച്ചേച്ചിയും മകൻ വി.എസ്. അനിൽകുമാറും ഭാര്യ രത്നമ്മയും വന്നപ്പോൾ മാഷ് കട്ടിയുള്ള ഒരു കവർ തന്നു. മാഷ്, വിവാഹസമ്മാനമായി പേനയായിരുന്നു എല്ലാവർക്കും എല്ലായ്പ്പോഴും നൽകിയിരുന്നത്. മാഷ് തരുന്ന പേന കൊതിച്ചിരുന്നു. പിന്നീട് തുറന്നു നോക്കിയപ്പോൾ, നൂറിന്റെ കുറച്ച് നോട്ടുകൾ. എനിക്ക് കാശിന്റെ വലിവുണ്ട് എന്ന ശരിയായ ധാരണ മുതലാക്കി അനിൽ മാഷെ തെറ്റിദ്ധരിപ്പിച്ചതാണെന്ന് പിന്നീടുള്ള ഗവേഷണത്തിൽ കണ്ടെത്തി. ആ അഞ്ഞൂറുരൂപ, പാടുപോലും അവശേഷിപ്പിക്കാതെ, അന്നുതന്നെ ചെല വാക്കി.

ഈ സൗമനസ്യങ്ങൾക്കെല്ലാം 'പകരം വീട്ടാൻ' ഒരവസരം വന്നു. മാഷുമായി ഞാൻ നടത്തിയ സംഭാഷണങ്ങൾ സമാഹരിച്ച ഒരു പുസ്തകം കോഴിക്കോട് ടൗൺഹാളിൽ പ്രകാശനം ചെയ്തപ്പോൾ മാഷും ഉണ്ടായിരുന്നു. കറന്റ് ബുക്സിന്റെ ഉടമ പൈപ്പിൻ തോമസ് പതി നാലായിരം രൂപയുടെ ഒരു ചെക്ക് എനിക്ക് നീട്ടി.

"മാഷ്ക്ക് കൊടുക്കൂ, പെപ്പിൻ."

"മാഷ്ക്കാണ് കൊടുത്തത്. നിനക്ക് തരാൻ പറഞ്ഞു."

"ഇനിയും വാങ്ങുന്നില്ലെങ്കിൽ, ഗുരുദക്ഷിണയാണെന്നു പറഞ്ഞാൽ മതി."

അന്നത്തെ ചെലവിനായി, നൂറുരൂപ പെപ്പിനോട് വാങ്ങി, മാഷുടെ കണ്ണിൽപ്പെടാതെ, നഗരത്തിൽ ഒളിച്ചു.

മുഷിഞ്ഞു നിർത്തിയ വായനക്കാർക്ക് ഇവിടെ നിന്നു തുടരാവുന്ന താണ്. പറഞ്ഞുവന്നത് ഇതാണ്: അഭിപ്രായം പോലെ ചെലവാക്കാനുള്ള ഒന്നായിട്ടാണ് മാഷ് പണത്തെയും കരുതിയിരുന്നത്. പണത്തെയും അഭി പ്രായത്തെയും കൂട്ടിക്കെട്ടി, 'ചെറ്റയിൽ തിരുകിയ നോട്ട്' എന്നൊരു ആശയം മാഷ് രൂപപ്പെടുത്തിയിരുന്നു. ചെറ്റയിൽ തിരുകിയ നോട്ട് ദ്രവി ക്കും, ഉപയോഗിക്കാത്ത ആശയങ്ങളും. ഉപയോഗിക്കുന്ന ആശയങ്ങളുടെ മുനയാണ് അഭിപ്രായങ്ങൾ. ഉപയോഗിക്കുന്ന സമ്പത്താണ് പണം. അതു കൊണ്ടാണല്ലോ മുല്ലാ നാസറുദ്ദീൻ സാത്വികന് വെള്ളിനാണയവും 'രാജ സ'ന് സ്വർണ്ണനാണയവും ഭിക്ഷ നൽകിയത്.

വിജയൻമാഷുടെ ചില അഭിപ്രായങ്ങളെച്ചൊല്ലി, ഒരു അഭിപ്രായവും ഇല്ലാത്തവർ-മുണ്ടശ്ശേരി മാസ്റ്ററെ ഓർമ്മവരുന്നു, "മാഷുടെ അഭിപ്രായ ത്തോട് ഞാൻ യോജിക്കുന്നു," എന്നു പറഞ്ഞ ആളോട് "അതിന് തനിക്ക്

വല്ല അഭിപ്രായവും ഉണ്ടോടോ?" എന്ന് മുണ്ടശ്ശേരി മാസ്റ്റർ തുള്ളിയത്രെ -ഓട്ടപ്പാത്രം കിലുക്കുന്നുണ്ട്. "മതം മനുഷ്യനെ മയക്കുന്ന കറുപ്പാണ്," എന്ന വാക്യം ഊരിപ്പിടിച്ച് മാർക്സിനെപ്പിടിക്കാൻ നോക്കുന്നതുപോലെ.

എനിക്ക് അഭിപ്രായങ്ങളുണ്ട്. ജയകൃഷ്ണൻ വധം, പറശ്ശിനിക്കടവിൽ പാമ്പുകളെ കൊന്നത് എന്നിവയെക്കുറിച്ചുള്ള മാഷുടെ അഭിപ്രായങ്ങൾ അതിന്റെ മുഴുവൻ പശ്ചാത്തലത്തിലും തെറ്റാണ് എന്നാണ് എന്റെ അഭിപ്രായം. സ്റ്റാലിനെയും സ്റ്റാലിന്റെ തിന്മകളെയും ന്യായീകരിച്ചത് ഇരട്ടത്തെറ്റും. വിപ്ലവപ്പാർട്ടിയിൽ കാറ്റും വെളിച്ചവും കടക്കരുതെന്ന അഭിപ്രായം അതിന്റെ ആലങ്കാരിക അർത്ഥം എന്തുതന്നെയാലും, അസംബന്ധവും.

പക്ഷേ വിജയൻ മാഷുടെ ശരികളോ?

നാട്ടിലെ സ്ഥിരം ചണ്ടിപണ്ടാരങ്ങളും മൃത-ജീവച്ഛവ-അഭിനവ ഗാന്ധിമാരും ഒഴിച്ചുള്ളവർ അത് ഉപ്പുപോലെ ജീവിതത്തിൽ അലിയിച്ചിട്ടുണ്ട്. സ്വാതന്ത്ര്യവും ജാഗ്രതയും നിർഭയത്വവും അധൃഷ്യതയും സ്നേഹവും കരുണയും അറിവും കവിതയും സ്വപ്നവുമാണതിന്റെ രുചി.

അഭിപ്രായങ്ങൾ പെരുകുകയും പണം ഇല്ലാതാവുകയും ചെയ്യുന്ന ഒരു സമൂഹമായിരുന്നു മാർക്സ് സ്വപ്നം കണ്ടത്. ആ സ്വപ്നം യാഥാർത്ഥ്യമായിരുന്നുവെങ്കിൽ! എങ്കിൽ? ഈ കുറിപ്പുതന്നെയും എഴുതേണ്ടിവരില്ലായിരുന്നു.

(2008)

നീല ഇൻലന്റ്

ജന്മനാടും രണ്ടാം ജന്മനാടായ തലശ്ശേരിയും വിട്ട് ദൽഹിയിൽ കുടിയേറിയതിനുശേഷം വിജയൻ മാഷുടെ സാന്നിധ്യം വല്ലപ്പോഴും എന്നെത്തേടിയെത്തുന്ന നീല ഇൻലന്റിലെ കുനുകുനെയുള്ള അക്ഷരങ്ങളായിരുന്നു. 'ഇംപോസിബിൾ റൈറ്റർ' ആയിരുന്നതിനാൽ ചുരുക്കം വരികളേ ഉണ്ടായിരുന്നുള്ളൂ. ഉപദേശമായി ഒരു വരിപോലും ഉണ്ടായിരുന്നുമില്ല.

തന്നെച്ചൊല്ലിയുള്ള സന്തോഷങ്ങളോ സന്താപങ്ങളോ പങ്കിടുക മാഷുടെ രീതിയല്ലായിരുന്നു. നാടിനെക്കുറിച്ചും ചുറ്റിലുമുള്ള മനുഷ്യരെക്കുറിച്ചുമായിരുന്നു ആധി. ബാബറി പള്ളി പൊളിക്കുംമുമ്പ് മറ്റെന്തോ കാര്യത്തിന് എനിക്കെഴുതിയ കത്തിൽ "നാടാകെ കലുഷമായിരിക്കുന്നു," എന്നെഴുതിയിരുന്നു. സഫ്ദർ ഹാശ്മി ദാരുണമായി കൊലചെയ്യപ്പെട്ടപ്പോൾ, അദ്ദേഹത്തിന്റെ വിലാപയാത്രയിൽ പങ്കെടുത്ത കാര്യം സൂചിപ്പിച്ചെഴുതിയപ്പോൾ, സഫ്ദറിന്റെ എല്ലാ നാടകങ്ങളും സംഘടിപ്പിച്ച് അയച്ചുകൊടുക്കാൻ എനിക്കെഴുതി. അവയുടെ വിവർത്തനം ചൂടോടെ, *ദേശാഭിമാനി* വാരികയിൽ വന്നു. പ്രതിഫലമായി മാഷ് അയച്ചുതന്ന തുക തിരിച്ചയച്ചുകൊടുത്തപ്പോൾ, "പ്രതിഫലമല്ല, കാശിന് ആവശ്യം കാണുമല്ലോ, അതിനാൽ അയച്ചതാണെന്ന്," സാന്ത്വനിപ്പിച്ചു. എന്റേത്, വളരെ ചെലവുകൂടിയ ജീവിതമാണെന്ന് മാഷ്ക്കറിയാമായിരുന്നു.

മാഷ് നാടാകെ ഓടിനടന്ന് പ്രസംഗിക്കുന്ന കാലമായിരുന്നു. സാഹിത്യം വിട്ട് മാഷ് രാഷ്ട്രീയത്തിൽ ശ്രദ്ധ കൂട്ടിയതിനെ ഒളിഞ്ഞും തെളിഞ്ഞും പലരും വിമർശിക്കുന്ന കാലമായിരുന്നു. അത് മനസ്സിൽ വെച്ചാകാം ഒരഭിമുഖത്തിൽ എന്നോട് പറഞ്ഞു:

"ഞാൻ സാഹിത്യപ്രവർത്തനത്തിൽനിന്ന് രാഷ്ട്രീയപ്രവർത്തനത്തിലേക്ക് വന്ന ആളല്ല. മറിച്ചാണ്."

ആന്റണി മാഷ്

ഗുരുനാഥന്മാരെക്കുറിച്ച് പറയുമ്പോൾ മാഷ്ക്ക് നൂറു നാവാണ്. സി.എൽ.ആന്റണി മാഷെക്കുറിച്ച് ഒരിക്കൽ പറഞ്ഞു. ഒരു വാചാ പരീക്ഷയുടെ കാര്യം പറഞ്ഞുതുടങ്ങിയതാണ്.

"കുട്ടിയുടെ മനസ്സിൽ എന്തെങ്കിലും ആശയമുണ്ടെങ്കിൽ ആന്റണി മാഷ് അതു ചികഞ്ഞു ചികഞ്ഞ് പുറത്തെടുക്കും. അതായിരുന്നു രീതി. *കേരളപാണിനീയം* കാണാപ്പാഠം പഠിച്ച ഒരു കുട്ടി വാചാ പരീക്ഷയിൽ മാഷുടെ മുന്നിലിരുന്ന് വലിയ ഗമയോടെ പറഞ്ഞു: *കേരളപാണിനീയ*ത്തിൽനിന്നു ചോദിച്ചാൽ എന്തും പറയാം."

"മാഷ് ചോദിച്ചു തുടങ്ങി," വിജയൻമാഷ് പൊട്ടിച്ചിരിച്ചു. പൊട്ടിച്ചിരിയുടെ അവസാനം ഇങ്ങനെ പറഞ്ഞു: "പിന്നെ, ശവം കൊണ്ടുപോകേണ്ടി വന്നു."

"ഭാഷാശാസ്ത്രമായിരുന്നു ആന്റണിമാഷ് പഠിപ്പിച്ചിരുന്നത്. ആ വിഷയത്തിൽ മാഷ് വലിയൊരു പണ്ഡിതനായിരുന്നു. ഗുണ്ടർട്ട് നിഘണ്ടുവിലെ ഏതാണ്ട് എല്ലാ വാക്കുകളെക്കുറിച്ചും വിശദമായ നോട്ടുകൾ മാഷ് ഉണ്ടാക്കിയിരുന്നു. നിരുക്തിയും ചരിത്രപരമായ അർത്ഥങ്ങളും ഒക്കെ വിശദമാക്കുന്ന കുറിപ്പുകൾ. ഇതൊന്നും അന്ന് പ്രസിദ്ധീകരിക്കാൻ നിവൃത്തിയില്ല. മാത്രവുമല്ല, അദ്ദേഹത്തിന് അതിലൊന്നും താത്പര്യവുമുണ്ടായിരുന്നില്ല."

"വശങ്ങളിലേക്കൊന്നും നോക്കാതെ, ആകാശം കാണാതെ തെരുവിലൂടെ അദ്ദേഹം നടന്നുപോകും. തന്റെ കുട്ടികളെ അദ്ദേഹം ഒരുപാട് സ്നേഹിച്ചിരുന്നു. ഒരിക്കൽ മാഷുടെ വീട്ടിൽ പോയി. ഏറെനേരം ചുറ്റിക്കറങ്ങിയാണ് ഞാനവിടെ എത്തിയത്. എന്നെ കണ്ടപാടെ അദ്ദേഹം അല്പം അസ്വസ്ഥനായി. "തനിക്കെന്താണ് കഴിക്കാൻ തരിക," എന്നദ്ദേഹം ചോദിച്ചു. സാറിന്റെ വീട്ടിൽനിന്ന് ജീവിതത്തിലാദ്യമായി ഇറച്ചി ചേർത്ത കട്ലെറ്റ് കഴിച്ചു."

"അന്ന് എം.എ ക്ലാസ് പഠിച്ചിറങ്ങിയാൽ ജോലി ഉറപ്പായിരുന്നു. ആറു മണിക്കൂർ തയ്യാറെടുപ്പു നടത്തിയാലേ അരമണിക്കൂർ ക്ലാസെടുക്കാൻ കഴിയൂ എന്നു സാർ ഞങ്ങളെ ഉപദേശിച്ചു. പതുക്കെപ്പതുക്കെ ശരിയാകും. പിന്നെ വളയമില്ലാതെയും ചാടാം. അങ്ങനെയായിരുന്നു ഉപദേശത്തിന്റെ രീതി."

"ഒരിക്കൽ കൊടുങ്ങല്ലൂർ ഭരണിക്ക് ആന്റണിമാഷെ കണ്ടു. തന്റെ കുടുംബം വകയായുള്ള ഓട്ടുപാത്രക്കടയിൽനിന്ന് ആളുകളെ മാടിവിളിച്ചുകൊണ്ട് ഓട്ടുപാത്രത്തിന്റെ ഉറപ്പ് തട്ടിക്കാണിച്ചുകൊടുക്കുകയായിരുന്നു."

ആശാൻപ്രഭാഷണം

ആശാൻപ്രഭാഷണം കഴിഞ്ഞ് മാഷ് ഒറ്റയ്ക്ക് സെനറ്റ് ഹാളിൽനിന്ന് പുറത്തിറങ്ങുന്നത് ഒരു കാഴ്ചയായിരുന്നു. തനിയെ. ഒറ്റവാക്കിൽ പറഞ്ഞാൽ അധൃഷ്യത. ശരംവിട്ടതുപോലുള്ള ആ നടത്തത്തിന് നല്ല ചന്തമുണ്ടായിരുന്നു. അസൂയയില്ലാത്തവർ ഒപ്പംകൂടി പരിചയപ്പെടുകയോ

പരിചയം പുതുക്കുകയോ ചെയ്തിരുന്നു. ഡോ. കെ.എം.ജോർജ് തന്റെ ഒരു പുസ്തകം ഒപ്പിട്ട് മാഷുടെ പിന്നാലെ ഓടിച്ചെന്നത് ഓർക്കുന്നു.

"ജോർജിന്റെ പ്രസംഗം കഴിഞ്ഞയാഴ്ച റേഡിയോയിൽ കേട്ടു," മാഷ് പറഞ്ഞു.

ട്രിവാൻഡ്രം ഹോട്ടലിലായിരുന്നു മാഷും കുടുംബവും താമസിച്ചി രുന്നത്. സുഹൃത്തുക്കളും ഞാനും ഫൈൻ ആർട്സ് കോളജിന്റെ ഹോസ്റ്റലിലും. രാവിലെ മാഷുടെ മുറിയിൽ ചെല്ലും. ആദ്യ ദിവസം, കുശലമെന്നപോലെ, താമസത്തെക്കുറിച്ച് അന്വേഷിച്ചു.

"സാഹിത്യകാരന്മാർക്ക് പറ്റിയ ഹോട്ടലാണ്," എല്ലാ ധ്വനികളോ ടെയും മാഷ് പൊട്ടിച്ചിരിച്ചു.

കുറച്ചധികം പുസ്തകങ്ങൾ തുറന്നുവെച്ച മട്ടിൽ മലർന്നും കമിഴ്ന്നും കിടക്കയിലുണ്ടായിരുന്നു. *സൈക്കോളജി ഓഫ് കളേഴ്സ്* തുടങ്ങി വിചിത്രനാമധാരികളായ പുസ്തകങ്ങൾ.

"വളരെ ശ്രദ്ധിച്ചേ ആശാനെപ്പറ്റി പറയാൻ പറ്റൂ. ആശാൻ കവിത തലകീഴായി ചൊല്ലാനറിയുന്ന ചിലരെല്ലാം മുൻവരിയിൽ ഇരിപ്പുണ്ട്."

കവി, എം.പി.അപ്പൻ മുൻവരിയിൽ ഉണ്ടായിരുന്നതായി ഞാൻ ഓർമ്മിച്ചു.

മുൻവരിയിൽ ഡോ.കെ. അയ്യപ്പപ്പണിക്കരും എസ്. ഗുപ്തൻ നായരും ഉണ്ടായിരുന്നു. മൂന്നുദിവസവും അയ്യപ്പപ്പണിക്കർ കുസൃതി പൂശിയ പുഞ്ചിരിയോടെ. 'കുരുക്ഷേത്രം' കൊണ്ടാടപ്പെട്ട കാലത്ത്, "ഒരു തികഞ്ഞ പരാജയമെന്ന് ഞാൻ കരുതുന്ന 'കുരുക്ഷേത്ര'ത്തിൽ റിൽക്കെ യുടെയും എലിയട്ടിന്റെയും സ്വാധീനം കാണാം. ഭൗതിക പ്രപഞ്ച ത്തെയും മാനസികാവസ്ഥകളെയും പാരമ്പര്യബന്ധങ്ങളെയും ഇണക്കിച്ചേർക്കുന്ന നക്ഷത്രം, പ്രഭാത-പ്രദോഷങ്ങൾ തുടങ്ങിയ പ്രതീകങ്ങളുടെ ഭാഷ, പണിക്കർക്ക് പഥ്യമായിത്തുടങ്ങിയിരിക്കുന്നു," എന്നെഴുതിയ മാരകമായ ഇരട്ടക്കുസൃതി ഓർക്കുകയാവുമോ? എസ്. ഗുപ്തൻ നായർ രണ്ടാം മുണ്ടിന്റെ ചുളിവു നിവർത്തി എഴുന്നേറ്റു പോകു ന്നതും കണ്ടു.

"പാവനശീലയാൾ പിന്നെ

ദന്തധാവനം ചെയ്തു നീരാടി......

ദന്തധാവനം കവിതയിൽ കൊണ്ടുവരാമോ എന്നു ചോദിക്കാറുള്ള പാവംപിടിച്ച ആളുകൾ ഓർക്കാത്ത ഒരു കാര്യം, ബുദ്ധദർശനത്തിൽ ദന്തധാവനം പുതിയ ജീവിതത്തിലേക്കുള്ള ചുവടുവെപ്പാണ് എന്ന താണ്." ഇങ്ങനെയെല്ലാം പറഞ്ഞാൽ ഗുപ്തൻ നായർ എഴുന്നേറ്റു പോകാതിരിക്കുമോ? അല്ലെങ്കിൽ 'ഗ്രാമവൃക്ഷത്തിലെ കുയിലി'നെ ക്കുറിച്ച് പറയുമ്പോൾ "കുയിലിന്റെ പാട്ട് മനോഹരമല്ല, അത് ഒരു ടെറി ട്ടോറിയൽ അഭ്യാസം മാത്രമാണ്," എന്നു പറയാമോ?

കൊടുങ്കാറ്റിനെ മേയ്ക്കുന്നതുപോലുള്ള ആ പ്രഭാഷണം-അങ്ങനെ യൊരു പ്രഭാഷണം ആശാനെക്കുറിച്ചെന്നല്ല, മറ്റാരെക്കുറിച്ചെങ്കിലും മലയാളം ചെവികൂർപ്പിച്ച് കേട്ടിട്ടുണ്ടാകുമോ? അറിഞ്ഞുകൂടാ-ഉള്ളിലെ ചുഴലിക്കാറ്റായി ഇങ്ങനെ അവസാനിച്ചു: "അവസാനിക്കാത്ത അസ്വാസ്ഥ്യമാണ്, അവസാനിക്കാത്ത ജാഗ്രതയാണ് ഒരുപക്ഷേ, ആശാൻ മലയാളത്തിന്റെ ഭാവനയ്ക്ക് നൽകിയത് എന്നതിന് സംശയമില്ല. മലയാളത്തിലെ മറ്റൊരു കവി ഇത്രയും അസ്വാസ്ഥ്യം, ഇത്രയും മനസ്സിന്റെ ശൂന്യതാബോധം, ജീവിതത്തിന്റെ വ്യർത്ഥതാബോധം, ജീവിതത്തിന്റെ സാഫല്യബോധം നമ്മുടെ ഭാഷയിൽ അവതരിപ്പിച്ചിട്ടുണ്ടോ എന്ന് സംശയമാണ്. നമ്മുടെ ഭാഷയെ എന്ന് നാം പറയുന്നത്, നാം നമ്മുടെ ഭാഷയെ വളരെ വിനീതമായി നാടുകടത്തപ്പെട്ട ഒരു ഭാഷയായി കരുതുന്നു എന്നതിനാലാണ്. ലോകത്തിലെ അപൂർവം കവികൾ മാത്രമേ ജീവിതത്തെ ഈ നിലയിൽ കാണുകയും ജീവിതത്തെ ഒരിക്കലും ഉത്തരം കണ്ടെത്താത്ത, ഉത്തരം കണ്ടെത്തുവാനുള്ള ഒരു പരിശ്രമമായി മാത്രം നടന്നുകൊണ്ടിരിക്കുന്ന ഒരു യജ്ഞമായി ചിത്രീകരിച്ചിട്ടുള്ളൂ. അതുകൊണ്ട്, ആശാന്റെ പ്രധാനമായ സംഭാവന ആശാൻ തന്റെ ജീവിതപ്രശ്നങ്ങൾക്ക്, ലോകത്തിന്റെ ജീവിതപ്രശ്നങ്ങൾക്ക് അന്തിമമായ ഉത്തരങ്ങൾ നൽകുന്നില്ല എന്നതാണ്."

അസാന്നിധ്യം

ആശാൻ പ്രഭാഷണത്തിന്റെ സദസ്സ് പ്രൗഢമായിരുന്നു. തിരുവനന്തപുരത്തെ 'ഇന്നവനാര്?' (who's who) മുഴുവനും തന്നെ എത്തിച്ചേർന്നിരുന്നു. അതുകൊണ്ടുതന്നെ അസാന്നിധ്യങ്ങൾ ശ്രദ്ധിക്കപ്പെട്ടു.

"എം. കൃഷ്ണൻ നായരെ കണ്ടില്ലല്ലോ, മാഷേ," ഞാൻ ചോദിച്ചു. മറുപടി ചിരിയിലൊതുക്കുമെന്നാണ് കരുതിയത്.

"ശരീരത്തിന് അസുഖമൊന്നുമില്ല," മാഷ് പറഞ്ഞു.

കടമ്മനിട്ട

ആശാൻ പ്രഭാഷണം കഴിഞ്ഞ് മടങ്ങുമ്പോൾ തിരുവനന്തപുരം റെയിൽവേസ്റ്റേഷനിൽ കാലാൾ മദ്യസേന ഉന്മത്തനായ കടമ്മനിട്ട രാമകൃഷ്ണനെ കൊണ്ടുവന്നു. കവി, അദ്ഭുതം, എന്നെ തിരിച്ചറിഞ്ഞു. കുശലം ചോദിച്ചപ്പോൾ വിജയൻ മാഷ് വണ്ടിയിലുണ്ടെന്ന് പറഞ്ഞു. ആശാൻ പ്രഭാഷണം കേൾക്കാൻ വരാൻ കഴിയാത്തതിന്റെ സങ്കടം കവി പറഞ്ഞു:

"അടുത്തെഴുതിയ രണ്ട് കവിതകൾ മാഷെ ചൊല്ലിക്കേൾപ്പിക്കണം. നീ മാഷോടൊന്ന് പറയ്."

മാഷോടതു പറഞ്ഞപ്പോൾ ചിരിച്ചു. കവിയെ ആനയിച്ചുകൊണ്ടു വന്നു. കാട്ടാളൻ വാല്മീകിയായി മാറി, മാഷെ കണ്ടപ്പോൾ.

"നല്ല വാക്കോതുവാൻ ത്രാണിയുണ്ടാകണം...."

കവിത മുഴങ്ങി. ആ കമ്പാർട്ട്മെന്റിലെ ഏതാണ്ട് മുഴുവൻ പേരും ഉറക്കച്ചടവിൽ നിന്നെഴുന്നേറ്റ് മേഘനാദത്തിന്റെ ഉറവിടത്തിലേക്ക് വട്ടം കൂടി.

മാഷ് കണ്ണടച്ചുകേട്ടിരുന്നു. ശാരദേച്ചിയും സുനീതയും ചാരെ ഇരുന്നു.

ആ കവിത നിലച്ചപ്പോൾ കവി പറഞ്ഞു; "മാഷെ ഒരു കവിത കൂടി, നമ്മുടെ കക്കാട് മാഷെക്കുറിച്ചെഴുതിയത്."

"ജ്യേഷ്ഠാ, സഹോദരാ...."

കക്കാട് സഫലമായ യാത്ര പൂർത്തിയാക്കിയിരുന്നു. തന്റെ പ്രിയ പ്പെട്ട സുഹൃത്തിനെ, മുറിവുകളെ അസ്ഥിയിൽ അനുഭവിച്ച കവിയെ ഓർക്കുകയാവണം, മാഷുടെ മുഖത്ത് പലപല ഭാവങ്ങൾ പടർന്നു.

കവിത തീർന്നപ്പോൾ കവിയെ കവിയുടെ ഇരിപ്പിടത്തിലേക്ക് അനു ഗമിച്ചു.

"നീ എനിക്കൊരു കാര്യം ചെയ്യണം, എന്റെ വരാനിരിക്കുന്ന പുസ്ത കത്തിന് നീ മാഷുടെ അവതാരിക വാങ്ങിത്തരണം."

"വൈലോപ്പിള്ളിയെപ്പോലും ഒന്നുരണ്ടു കൊല്ലം കാത്തിരുത്തി യതാണ്. കവിക്കെത്രകാലം വേണ്ടിവരുമെന്നറിയില്ല," ഞാൻ പറഞ്ഞു.

"നീ ശല്യപ്പെടുത്തണം, എങ്കിലേ നടക്കൂ."

സോഫിയാ ബിന്ദ് സംവിധാനം ചെയ്ത
വിജയൻമാഷ് എന്ന ഡോക്യുമെന്ററിയിൽ നിന്ന്

*കടമ്മനിട്ടയുടെ കവിതകൾ*ക്കെഴുതിയ നരേന്ദ്രപ്രസാദിന്റെ അവതാരിക എങ്ങനെയോ എന്റെ വർത്തമാനത്തിൽ തിരനോക്കി. കവി നിഷ്കരുണം എന്റെ വാക്കുകൾ മുറിച്ചു.

"അത് ഞാൻ പറഞ്ഞുകൊടുത്ത് അവൻ എഴുതിയ അവതാരിക. എനിക്ക് വേണ്ടത് ഒറിജിനൽ അവതാരിക."

"ഞാൻ ശല്യപ്പെടുത്താം."

"അല്ലെങ്കിൽ നിന്നെ ഞാൻ ശരിപ്പെടുത്തും," എന്നുപറഞ്ഞ് കവി ഉറങ്ങാൻ പോയി. പുലർച്ച മാഷോടൊപ്പം തൃശ്ശൂരിലാണ് ഇറങ്ങിയത്. കവി ഉണർന്ന് കുട്ടപ്പനായി വാതിൽക്കൽ ഉണ്ടായിരുന്നു.

അനവധി ഓർമ്മപ്പെടുത്തലുകൾക്കുശേഷം, കടമ്മനിട്ടയ്ക്കുള്ള അവതാരികയെക്കുറിച്ച് സംസാരിക്കുന്നത് ഞാൻ നിർത്തി.

ഏതായാലും ആ അവതാരിക സംഭവിച്ചില്ല.

അവതാരിക

അപ്പോൾ, എന്റെ ആദ്യകവിതാ പുസ്തകം *നോഹയുടെ കാലത്ത് ഇങ്ങനെതന്നെയായിരുന്നോ? അയ്യോ, അല്ല*യുടെ അവതാരിക എങ്ങനെ സംഭവിച്ചു?

ഒന്നുരണ്ടു വർഷങ്ങൾ മാഷ് കൈയെഴുത്തു പ്രതി വെച്ചോണ്ടിരുന്നു. വല്ലപ്പോഴും ഓർമ്മിപ്പിച്ചിട്ടുണ്ടെന്നല്ലാതെ നിർബന്ധിക്കുകയുണ്ടായില്ല. ചിലപ്പോൾ മാഷ് ഇങ്ങോട്ട് ഓർമ്മിപ്പിക്കും, എപ്പോൾ വേണമെങ്കിലും എഴുതാവുന്നതേയുള്ളൂ എന്നു പറയും.

"വേണ്ട മാഷെ, നമുക്കതു കത്തിച്ചാലോ?" ഒരുനാൾ ഞാൻ പറഞ്ഞു. തമാശ പറയുകയായിരുന്നില്ല.

പിറ്റേന്നാൾ ആ അവതാരിക സംഭവിച്ചു.

എന്നും പുതുമയുടെ പക്ഷത്തു നിലകൊണ്ടതിനാലാകാം, എന്റെ കവിതകളിലും പുതുമയെയാണ് മാഷ് അടയാളപ്പെടുത്തിയത്. "നാമിപ്പോൾ കുളിക്കുന്നത് പുതിയ ഒരു പുഴയിലും പുതിയ ഒരു കടവിലുമാണ് എന്ന തോന്നൽ ഈ കവിതകൾ ഉണ്ടാക്കുന്നു. നവോന്മേഷം പകരുന്ന അനുഭവസ്നാനം."

വൈലോപ്പിള്ളിയുടെ *ഓണപ്പാട്ടുകാർ*ക്ക് എഴുതിയ അവതാരിക വായിച്ചപ്പോൾ കവിയുടെ പ്രതികരണത്തെക്കുറിച്ച് മാഷ് എന്നോട് പറഞ്ഞിരുന്നു, മാഷുമായി ഞാൻ നടത്തിയ സാമാന്യം ദീർഘമായ അഭിമുഖത്തിൽ:

"അമിതപ്രശംസയാണ്, ഇത്രയും പ്രശംസിക്കാൻ പാടില്ലായിരുന്നു. ഉപയോഗിച്ച വാക്കുകൾ 'പഞ്ചസാരപ്പൊടി കൂടുതൽ വിതറി' എന്നാണ്. വൈലോപ്പിള്ളിയുടെ 'റിയാക്ഷൻ പാറ്റേണി'നക്കുറിച്ചാണ് ഞാൻ

പറയുന്നത്. പ്രശംസിക്കുമ്പോൾ വിശ്വാസക്കുറവും ചീത്ത പറയുമ്പോൾ വിശ്വാസവുമാണ്."

എനിക്കാണെങ്കിൽ പഞ്ചസാരപ്പൊടി വിതറുകയല്ല, തേൻവിളമ്പുകയായിരുന്നു!

ഇരുപത്തിരണ്ടാം വയസ്സിൽ 'പിശുക്കിയ' കൈ എഴുപത്തിനാലാം വയസ്സിൽ ധൂർത്തടിച്ചതാവാം. ആവാം എന്നല്ല, ആണ്. ആണ് എന്നുമല്ല, ആ-കു-ന്നു.

ചെറിയ പ്രസംഗം

ആശാൻ പ്രഭാഷണമാണ് മാഷുടേതായി ഞാൻ കേട്ട ഏറ്റവും ദീർഘമായ പ്രസംഗം. പിന്നെ, ഞാൻ കൂടി ഉത്സാഹമെടുത്ത് കാസർകോട്ട് നടത്തിയ ബഷീർപ്രഭാഷണവും. മാഷുടെ ഏറ്റവും ചെറിയ പ്രസംഗത്തെക്കുറിച്ച് കേട്ടറിവേ ഉള്ളൂ. തലശ്ശേരിയിൽ എവിടെയോ ആണ്. മാഷുടെ ഊഴം വരുന്നതിന് മുമ്പ് ചിലർ 'നീട്ടിവീശി.' അധ്യക്ഷൻ ഇടയ്ക്കിടെ മൈക്കിൽ ഓർമ്മിപ്പിച്ചു, സമയം തീരെ ഇല്ല. സദസ്സ് കൊതിച്ചിരിക്കുന്ന എം.എൻ.വിജയന്റെ പ്രസംഗത്തിനുവേണ്ടി മറ്റു പ്രസംഗകർ കുറച്ചു ചുരുക്കണമെന്നായിരുന്നു അതിന്റെ ധ്വനി. ഊഴം വന്നപ്പോൾ മാഷ് തുടങ്ങി:

"സുഹൃത്തുക്കളേ, സമയം തീർന്നുപോയതുകൊണ്ട് എന്റെ വിഷയവും തീർന്നുപോയിരിക്കുന്നു, നന്ദി."

വലിയ പിഴ

ധർമ്മടത്ത് *കരുണ*യിൽ ഇരിക്കുമ്പോൾ ഒരു യുവപ്രസാധകൻ വന്ന്, മാഷുടെ അഞ്ചാറ് പ്രഭാഷണങ്ങൾ ശേഖരിച്ചിട്ടുണ്ടെന്നും ഒരു പുസ്തകമാക്കാൻ അനുമതി വേണമെന്നും മാഷോട് അഭ്യർത്ഥിച്ചു. മാഷ് ചിരിച്ചുകൊണ്ട് തലകുലുക്കി. സന്തോഷത്തോടെ പ്രസാധകൻ ഇറങ്ങിപ്പോകുമ്പോൾ, മാഷ് എന്നോട് അയാളുടെ പേര് ചോദിച്ചു. ഞാൻ പേരു പറഞ്ഞു.

മാഷ് അയാളെ പേരു ചൊല്ലി തിരിച്ചുവിളിച്ചു. എന്നിട്ട് പറഞ്ഞു: "ഇന്ത്യൻ ഭാഷകളിലെ ഏതെങ്കിലും ഒരു വാക്ക് അതിൽ വേണേ."

ഉപമ, ശ്ലേഷം

ദേശാഭിമാനി വാരികയിൽ അച്ചടിച്ചുവന്ന, സമൂഹമനശ്ശാസ്ത്രത്തെക്കുറിച്ചുള്ള ഒരു പ്രഭാഷണലേഖനം വായിച്ച്, "ഇത് ഒരു പ്രഭാഷണത്തിന്റെ ലിഖിത രൂപമാണെന്ന് അടിക്കുറിപ്പിൽ കാണുന്നു. അത് സത്യമാണെങ്കിൽ അദ്ഭുതം തന്നെ," എന്ന് എം. കൃഷ്ണൻ നായർ *സാഹിത്യവാരഫല*ത്തിൽ എഴുതിയിരുന്നു. "എം.എൻ.വിജയന്റെ ചിന്തകൾ ഒറ്റയടിക്ക് ബഹുശാഖയായി വളരുന്ന ഒരസാധാരണ സസ്യം

പോലെയാണ്. ശാഖകളോരോന്നിലും വ്യത്യസ്തമായ ഇലകളും പൂക്കളും. എല്ലാ ചിന്തകൾക്കും കേന്ദ്രീകൃതവും പ്രസാദാത്മകവുമായ ഒരു പരിസമാപ്തി പ്രതീക്ഷിക്കുന്നവരെ എം.എൻ.വിജയൻ നിരാശ പ്പെടുത്തുക തന്നെ ചെയ്യും. എല്ലാറ്റിന്റെയും മറുപുറം തപ്പുന്നവനും വെറുതെ ആശയക്കുഴപ്പം സൃഷ്ടിക്കുന്നവനുമാണ് അദ്ദേഹം എന്ന ധാരണയുടെ അടിസ്ഥാനം അതാണ്," എന്ന് എൻ.പ്രഭാകരൻ നിരീക്ഷി ക്കുന്നു.

'അബോധത്തിന്റെ ഘടനയുള്ള ഭാഷ'യിൽ, 'മനുഷ്യൻ വെറുതെ പോകുന്ന ആനയുടെ മേൽ കുതിര കയറുകയും....' എന്നെല്ലാമുള്ള കുതി പ്പുകളും കുളമ്പടിയും കേൾക്കും. ആ ബുദ്ധിവൈഭവത്തിൽ അന്തിച്ചി രുന്നാൽ, തന്നെത്തന്നെ പരിഹസിക്കുന്ന വാക്യങ്ങളും കേൾക്കാം: "വലിയ നെറ്റിയുള്ളവർക്ക് വലിയ ബുദ്ധിയുണ്ടെന്ന് വലിയ നെറ്റിയു ള്ളവർ പണ്ടുതൊട്ടേ പറഞ്ഞുപരത്തിയിട്ടുണ്ട്." "പഴയ പ്രേമലേഖനങ്ങൾ വായിച്ചുനോക്കുന്ന കാമുകനെപ്പോലെ, പശു അയവിറക്കുകയും....." തുടങ്ങിയ 'ഭ്രാന്ത' കല്പനകളും നിറയും.

'ഫ്രോയ്ഡിനുശേഷമുള്ള ഏറ്റവും വലിയ മനശ്ശാസ്ത്ര സൈദ്ധാ ന്തികൻ' ഴാക് ലകാനെക്കുറിച്ച് ഒരു നിരൂപകൻ എഴുതിയ വാക്യങ്ങൾ ഈയിടെ വായിച്ചു: "If Lacan is difficult, he is perhaps not so difficult. Lacan is notoriously obscure writer who loves witty epigrams, puns, drawn-out metaphors, recondite allusions, baroque disquisitions and paradoxical pronouncements."

ദൽഹിക്കാലത്ത്, പണിയെടുത്തിരുന്ന പത്രത്തിനായി എൻ.വി. കൃഷ്ണവാരിയരുമായി സംഭാഷണം നടത്തിയപ്പോൾ, എം.എൻ. വിജ യന്റെ നിരൂപണത്തെക്കുറിച്ച് അഭിപ്രായമാരാഞ്ഞു. "വിജയന്റെ ഒരു കുഴപ്പം പാരഡോക്സ് മാത്രമേ ഉപയോഗിക്കൂ എന്നതാണ്," ആ പണ്ഡിത ശ്രേഷ്ഠൻ പറഞ്ഞു.

അത് 'കുഴപ്പ'മാണോ എന്നേ സംശയമുള്ളൂ. കുഴപ്പത്തിന് വ്യവസ്ഥ നൽകുമ്പോൾ ഈ മാതിരി 'കുഴപ്പ'ങ്ങളൊക്കെയുണ്ടാവും. പച്ചപ്പാവങ്ങൾ നേർവരയിലൂടെ മുന്നോട്ടുപോകട്ടെ, പുറപ്പെട്ടിടത്തു തന്നെ എത്തി ച്ചേരട്ടെ!

നവീന ചിത്രകല

കേസരിയുടെ സാഹിത്യ വിമർശങ്ങൾ വളരെ ക്ലേശിച്ച് തേടിപ്പിടിച്ച് പ്രസിദ്ധീകരിച്ചതിനുശേഷം, കേസരിയുടെ ചിത്രകലാസംബന്ധിയായ ലേഖനങ്ങൾ കണ്ടെടുക്കാനായി മാഷുടെ ശ്രമം. അക്കാലത്ത് കാണു മ്പോഴൊക്കെ കേസരിയുടെ കലാനിരൂപണത്തെക്കുറിച്ചായിരുന്നു മാഷ് സംസാരിച്ചിരുന്നത്. എഴുത്തിലും അങ്ങനെയായിരുന്നു. ദൽഹിയിലേക്ക് ഇങ്ങനെ എഴുതി: (27.11.87). *"മാതൃഭൂമിയിൽ എന്റെ പുസ്തകം*

(*കവിതയും മനശ്ശാസ്ത്രവും*) അടിച്ചുകഴിഞ്ഞു. കേസരിയുടെ *നവീന ചിത്രകല* ആദ്യം വരണമെന്നായിരുന്നു ആഗ്രഹം. ചിത്രങ്ങൾ കിട്ടാത്തതുകൊണ്ടും ഒന്നുരണ്ടു മാറ്റർ വിട്ടുപോയതുകൊണ്ടും അതിപ്പോഴും കുഴഞ്ഞുകിടക്കുന്നു. ഡിസംബർ ആദ്യം അച്ചടിക്ക് കൊടുക്കണം... കിട്ടാനുള്ള ചിത്രങ്ങളെക്കുറിച്ച് അടുത്ത കത്തിൽ എഴുതാം."

ദൽഹിയിലെ ലളിതകലാ അക്കാദമിയുടെ കലാ ലൈബ്രേറിയിൽ നിന്ന് പോൾ ക്ലീയുടെയും മോദിഗ്ലിയാനിയുടെയും റൂസ്സോയുടെയും കേസരി പരാമർശിച്ച ചിത്രങ്ങളുടെ ഫോട്ടോ പ്രിന്റെടുത്ത് മാഷ്ക്ക് അയച്ചുകൊടുത്തു.

നവീന ചിത്രകല പുറത്തിറങ്ങാൻ പിന്നെയും മൂന്നുവർഷമെടുത്തു (1990). ഞാനന്ന് മദിരാശിയിൽ *ഇന്ത്യാ ടുഡേ*യിലായിരുന്നു. പുസ്തകത്തെക്കുറിച്ച് നാലാളുകൾ അറിയട്ടെ എന്ന ആശയിൽ നിരൂപണത്തിനായി ഇഷ്ടകവി സച്ചിദാനന്ദന് അയച്ചുകൊടുത്തു. കേസരിയുടെ കലാനിരൂപണത്തെ വിലയിരുത്തുന്നതോടൊപ്പം, അവസാന ഖണ്ഡമായി, എം.എൻ.വിജയന്റെ അവതാരികയെപ്പറ്റി, "എം.എൻ. വിജയന്റെ ആശയധൂമിലതയിൽ നിന്ന് ആഹ്ലാദകരമാംവിധം മുക്തമാണ്," എന്നെഴുതിയിരുന്നു.

"കുറ്റിപ്പുറത്തെത്തുമ്പോൾ കിട്ടുന്ന അടി അവിടെ വേണ്ടായിരുന്നു," പിന്നീട് തലശ്ശേരിയിൽവെച്ച് കണ്ടപ്പോൾ മാഷ് പറഞ്ഞു.

വൈദ്യശസ്ത്രം

നിരൂപണത്തിൽ തോറ്റ ഒരു സാഹിത്യപ്രവർത്തകൻ, "എം.എൻ.വിജയന്റെ നിരൂപണങ്ങളൊന്നും എനിക്കിഷ്ടമല്ല, പക്ഷേ, വൈദ്യശാസ്ത്രത്തെക്കുറിച്ചുള്ള അറിവിൽ അദ്ദേഹത്തെ വെല്ലാൻ മറ്റധികം ആളില്ല," എന്നു പറഞ്ഞതായി കേട്ടിട്ടുണ്ട്. ആ പറച്ചിലിന്റെ ഇരിപ്പുവശവും ഗൂഢാർത്ഥവും എന്തുമാകട്ടെ, പ്രകൃതി ചികിത്സ ഉൾപ്പെടെയുള്ള ചികിത്സാസമ്പ്രദായങ്ങളെക്കുറിച്ച് മാഷ് സംസാരിക്കുന്നത് കേട്ടിട്ടുണ്ട്. കുട്ടിക്കാലം തൊട്ടേ രോഗങ്ങളുടെ പിടിയിലായതിനാലാകം അന്വേഷണം അങ്ങോട്ടും പടർന്നത്. അമ്പത്തിയഞ്ചാം വയസ്സിൽ ബ്രണ്ണനോടുള്ള വിടവാങ്ങൽ പ്രസംഗത്തിൽ പറഞ്ഞത്, "കുറച്ചുകാലമായി എന്നെ ആരോഗ്യം ബാധിച്ചിരിക്കുന്നു," എന്നാണ്.

ഇവാൻ ഇല്ലിച്ചിന്റെ ആശയങ്ങളും *വൈദ്യശാസ്ത്രത്തിന്റെ അതിർവരമ്പുകൾ* എന്ന പുസ്തകവും ചർച്ചാവിഷയമായിരുന്ന കാലത്ത് ഇല്ലിച്ചിനെക്കുറിച്ചുള്ള ഒരു പ്രഭാഷണം തലശ്ശേരിയിൽവെച്ചു കേട്ടിട്ടുണ്ട്. ആ പ്രസംഗത്തിലെ പല ആശയങ്ങളും മറന്നുപോയി. ഒരു വാക്യം പക്ഷേ, ഓർമ്മയിലുണ്ട്. "ഹെർബൽ മരുന്നുകൾക്കാണ് ആവശ്യക്കാർ എന്നുവന്നാൽ പൊട്ടാസ്യം സയനൈഡിനുപോലും ഹെർബൽ പേരിട്ട് വിപണിയിലിറക്കാൻ മുതലാളിത്തത്തിനു കഴിയും."

ക്ലാവു പിടിച്ച കവിത

ബാലചന്ദ്രൻ ചുള്ളിക്കാട് തുറന്നുവിട്ട ഭൂതം ക്ലാവുമൊന്തയിൽനിന്ന് പുറത്തുകടന്നതുകൊണ്ടാകാം, 'ക്ലാവ്' പുതിയ കവിതയിലെ 'ജീർണ്ണോദ്ധാരണ'പദമായി. ആയിടെയുണ്ടായ രസകരമായ ഒരു സംഭവം മാഷുടെ മകനും എന്റെ ഉറ്റ ചങ്ങാതിയുമായ വി.എസ്. അനിൽകുമാർ പറഞ്ഞുതന്നു.

ഒരു യുവകവി മാഷുടെ വീട്ടിൽവന്ന് ഒരു കെട്ട് കവിതകൾ മാഷ്ക്ക് നൽകി, തിരുത്തിത്തരാൻ അപേക്ഷിച്ചു. മാഷ് മടിച്ചെങ്കിലും നിർബന്ധം സഹിക്കാതെ പേനയും പിടിച്ചു വായിച്ചു–പണ്ട്, മുണ്ടശ്ശേരി മാഷെ കളിയാക്കി, 'തനിക്ക് തിരുത്തുവാനുള്ള പുസ്തകങ്ങളാണ് മഹാകവികളെഴുതുന്നത് എന്ന സ്കൂൾ മാസ്റ്റർ കോംപ്ലക്സാണ് ഈ മനോഭാവത്തിന് അടിസ്ഥാനം' എന്ന് മാഷ് എഴുതിയിരുന്നു- 'ക്ലാവു പിടിച്ച ചുവരുകൾ' എന്ന പ്രയോഗം വെട്ടിമാറ്റി.

യുവകവിയുടെ മുഖം ചുവന്നു, കണ്ണുകലങ്ങി. കേണപേക്ഷിച്ചു:

"മാഷേ, ക്ലാവ് എന്തുവന്നാലും തിരുത്തരുതേ."

എം.എൻ. വിജയനും വി.എസ്. അനിൽകുമാറും

ആത്മകഥ

"വിജയൻ മാഷാണ്," കണ്ണൂരിലിരിക്കുമ്പോൾ രാവിലെതന്നെ ഫോൺ വന്നു.

"ആ, മാഷേ," എന്റെ ശബ്ദം അലിഞ്ഞു. എത്രയോ ദിവസമായി ആ ശബ്ദം കേട്ടിട്ട്.

"എന്റെ ആത്മകഥ വായിച്ചോ?" പൊട്ടിച്ചിരി മുഴങ്ങി. അതു നിലക്കുന്നില്ല. എനിക്ക് ഒരു പിടുത്തവും കിട്ടിയില്ല. "ഇന്നത്തെ *ദേശാഭിമാനി* യിൽ എന്റെ ആത്മകഥയുണ്ട്."

"വീട്ടിൽ വരുത്താറില്ല മാഷേ, ആപ്പീസിൽപോയി വായിച്ചിട്ട് വിളിക്കാം മാഷേ."

പതിവിലും നേരത്തേ ആപ്പീസിൽ പോയി. പത്രം തുറന്നു. പാവപ്പെട്ട ഒരു കൂലിയെഴുത്തുകാരനാണ്. മാഷെന്തിന് ഇതെല്ലാം വായിച്ചു നേരംകളയുന്നു?

"അന്ന് തമിഴ്നാട്ടിലേക്ക് പോയത് കോടമ്പാക്കത്തേക്കായിരുന്നുവെന്നതും അത് സിനിമാക്കമ്പം കൊണ്ടായിരുന്നുവെന്നതും സിനിമയിൽ അഭിനയിക്കാൻ വശമില്ലെന്ന് തെളിഞ്ഞ് ആ മോഹം മുടങ്ങിയതാണെന്നതും പഴയ ചരിത്രം. എന്നാൽ, അതിനുശേഷം 1960- കളിൽ തലശ്ശേരി ബ്രണ്ണൻ കോളജിൽ അധ്യാപകനായി വന്നു അദ്ദേഹം...." ആത്മകഥയിലെ കാതലായ ഭാഗം ഇതായിരുന്നു. മാഷുടെ പൊട്ടിച്ചിരിയുടെ ഉറവിടവും ഈ വികലചിന്തയും വാക്യങ്ങളുമാകാം.

"ഗംഭീരമായിട്ടുണ്ട്, മാഷേ...." മാഷെ വിളിച്ചു. പൊട്ടിച്ചിരിയുടെ ബാക്കി പിന്നെയും മുഴങ്ങി.

സാഹിത്യശില്പശാല

ബ്രണ്ണനിൽ ഒരു സാഹിത്യശില്പശാല ഒരുക്കാൻ ഞങ്ങൾ മലയാളം വകുപ്പിലെ വിദ്യാർത്ഥികൾ ആലോചിച്ചു. വിദ്യാർത്ഥികളുടെ ഭാഗത്തുനിന്ന് മുഖ്യപരികർമ്മികൾ കെ.ബാലകൃഷ്ണനും ഞാനുമായിരുന്നു. സാഹിത്യം മാത്രം പോര, സിനിമയും ചിത്രകലയുമെല്ലാം വേണമെന്ന് തീരുമാനിച്ചു. കാര്യങ്ങൾ പറഞ്ഞപ്പോൾ വിജയൻ മാഷ് വിടർത്തി ചിരിച്ചു. എൻ.പ്രഭാകരൻ, എ.ടി.മോഹൻരാജ്, നരേന്ദ്രൻ തുടങ്ങി മലയാളം വകുപ്പിലെ അധ്യാപകരും മലയാളം വിഭാഗത്തിൽ കുടിയിരിപ്പാക്കിയ തത്ത്വശാസ്ത്ര വിഭാഗത്തിലെ പി.കെ.പോക്കറും 'അരയും തലയും മുറുക്കി.'

സായാഹ്നങ്ങളിൽ *കരുണ*യിലായിരുന്നു. ആദ്യം സാഹിത്യ ക്യാമ്പിലേക്ക് വിളിക്കേണ്ട എഴുത്തുകാരുടെ ഒരു പട്ടിക മാഷ്ക്ക് കൈമാറി. മാഷ്, അതു ശ്രദ്ധാപൂർവ്വം നോക്കി തിരിച്ചുതന്നു. വീണ്ടും അതുവാങ്ങി. എഴുന്നേറ്റ് വായനാ മുറിയിൽപോയി തന്റെ പ്രിയപ്പെട്ട മഷിപ്പേന തുറന്ന്, ഒരു നിരൂപകന്റെ പേര് വെട്ടി.

"സമയനഷ്ടമാണ്," മാഷ് പൊട്ടിച്ചിരിച്ചു.

"മാഷെ, എം.മുകുന്ദനെഴുതിയാൽ ഫ്രഞ്ച് കലാകാരന്മാരെക്കുറിച്ചുള്ള ഡോക്യുമെന്ററികൾ കിട്ടും. മാഷ് എഴുതിയാൽ...."

മാഷ് ഒരു നീല ഇൻലന്റെടുത്ത് മടിയിൽ വെച്ച് ഒരു കത്തെഴുതി ത്തന്നു. അതിലെ അവസാന വരി 'കലാകാരന്മാരുടെ പേരുകൾ രത്നാകരൻ അറിയിക്കും,' എന്നായിരുന്നു.

രണ്ടാഴ്ചക്കു ശേഷം തലശ്ശേരി റെയിൽവെ സ്റ്റേഷനിൽ നിന്ന് ഒരു വിളി വന്നു. ഞങ്ങൾ ചെല്ലുമ്പോൾ എടുത്താൽ പൊങ്ങാത്ത ഒരു തകര പ്പെട്ടി കാത്തുകിടപ്പുണ്ടായിരുന്നു. ഒരു 'തുറന്ന റിക്ഷ' പിടിച്ച് ഞങ്ങൾ അത് മലയാളം വകുപ്പിലെത്തിച്ചു.

അതിന്റെ പിൽക്കാലം - 1

രണ്ടുദശാബ്ദത്തിനു ശേഷം, മയ്യഴിയിൽ പാതാറിന്റെ കരയിൽ എം. മുകുന്ദനോടൊപ്പം ഇരിക്കുമ്പോൾ, ഞാൻ 'നന്ദി പ്രകാശിപ്പിച്ചു.' അദ്ദേഹം ഓർക്കുന്നുണ്ടായിരുന്നില്ല. ഞാനോ, മുകുന്ദേട്ടൻ അയച്ചുതന്ന, കലാകാര ന്മാരെക്കുറിച്ചുള്ള ഡോക്യുമെന്ററികളെക്കുറിച്ച് ഒരു പ്രഭാഷണം തന്നെ നടത്തി.

"ങ്ഹാ," മുകുന്ദേട്ടൻ തോളിൽ കൈവെച്ചു, "വിജയൻ മാഷുടെ ഒരു കത്തുകിട്ടിയാൽ, സിനിമയല്ല, ഫ്രഞ്ച് എംബസ്സി തന്നെ ഞാൻ തലശ്ശേരി യിലേക്ക് എത്തിച്ചുതരില്ലേ?"

ദാസനും ചന്ദ്രികയും ബ്രണ്ണനിലാണല്ലോ പഠിച്ചത്. ഞാൻ ആലോ ചിച്ചു. ദൂരെ വെള്ളിയാങ്കല്ലിൽ തുമ്പികൾ പാറിനടന്നു.

അതിന്റെ പിൽക്കാലം-2

കെ.പി.കൃഷ്ണകുമാറിന്റെ കോഴിക്കോട് പ്രദർശിപ്പിച്ച ശില്പങ്ങളിൽ ഒരിത്തിരി ജിയാകോമെറ്റിയെ ഞാൻ ആരോപിച്ചിരുന്നു. അതിൽ സന്തോഷമേയുള്ളൂവെന്ന് കൃഷ്ണകുമാർ പറഞ്ഞിരുന്നുവെങ്കിലും ആ വലിയ കലാകാരന്റെ മനസ്സിൽ അതൊരു തുറന്ന മുറിവായിരുന്നുവെന്ന് പിന്നീട് പലപ്പോഴും വെളിപ്പെട്ടു.

"ജിയാകോമെറ്റിയുമായി നിനക്കെന്തു ബന്ധം?" ഒരിക്കൽ ചോദിച്ചു.

"ഒരു ബന്ധവുമില്ല."

"തമാശ വേണ്ട."

"ജിയാകോമെറ്റി വരക്കുന്നതും ശില്പം മെനയുന്നതും ഞാൻ കണ്ടി ട്ടുണ്ട്."

"ആരുടെ?"

"ജെയിംസ് ലോർഡിന്റെ."

"ഓ, അമേരിക്കക്കാരൻ, ആ ചെളി ബയോഗ്രാഫർ. ജിയാകോമെറ്റി ചുക്കോ ചുണ്ണാമ്പോ എന്ന് അയാൾക്കറിഞ്ഞുകൂടാ."

"അതുസാരമില്ല, വരയ്ക്കുന്നത് ജിയാകോമെറ്റിയല്ലേ?"

എപ്പോഴും വെട്ടിമുറിക്കാറുള്ള കൃഷ്ണകുമാർ ചിന്തയിലാഴ്ന്നു. *റിയാലിത്തെ* എന്നു പേരുള്ള ഫ്രഞ്ച് മാസികയിൽ വന്ന ജിയാകോമെറ്റി ശില്പങ്ങളുടെ ഫോട്ടോഗ്രാഫുകൾ കൃഷ്ണകുമാറിനെ കാണിച്ചു. 'നടത്തക്കാര'ന്റെ നീണ്ടു മെലിഞ്ഞ ശില്പത്തിനരികെക്കൂടി പുകക്കാഴ്ച യിൽ നീങ്ങുന്ന മനുഷ്യരൂപങ്ങളുടെ ഫോട്ടോ, ഹെന്റി കാർതിയർ ബ്രസ്സൻ എടുത്ത ഗംഭീരമായ ഫോട്ടോ, കാണിച്ചു.

"നീ എനിക്കിതു താ."

"ദൽഹിയിൽ നിന്നു തരാം."

"ഇല്ലെങ്കിൽ, നിന്റെ മരണം എന്റെ കൈകൊണ്ടായിരിക്കും."

അതിനു ഭാഗ്യമുണ്ടായില്ല. മയക്കോവ്സ്കിക്കു തുല്യമായ ജീവിതം നയിച്ച ആ കലാകാരൻ മയക്കോവ്സ്കിയുടെ വഴി തന്നെ തേടി; പക്ഷേ, ഒരു കുരുക്കിൽ.

പിന്നീട്, നിന ബെർബറോവയുടെ *ഇറ്റാലിക്സ് ആർ മൈൻ* എന്ന ആത്മകഥ വായിച്ചപ്പോൾ, മയക്കോവ്സ്കിയുടെ ആത്മഹത്യയിൽ, കൃഷ്ണകുമാറിനെക്കൂടി വായിച്ച്, കിടുങ്ങി.

A shot rang out, and a life that, it seemed, had no end, ended. He was not used to giving in, he didin t wanted to. He had nothing to fall back on a poet of his calibre and temparament could not have comfortable retreat. He did not just shoot himself, he shot his whole generation.

കൃഷ്ണകുമാർ കുരുക്കിട്ടപ്പോൾ, ഒരു തലമുറയ്ക്കു തന്നെയും കുരു ക്കിടുകയായിരുന്നു. മയക്കോവ്സ്കി ഒരു കവിതയിലൂടെ അതിന്റെ കാരണം പറഞ്ഞിരുന്നു. കൃഷ്ണകുമാർ മൗനം കൊണ്ടാണ് അതു പറ ഞ്ഞത്.

ശില്പശാലയിലേക്ക് വീണ്ടും

എം.ടി വാസുദേവൻ നായരുടെ *രണ്ടാമൂഴ*ത്തിന്റെ ചിത്രീകരണത്തി ലൂടെ നമ്പൂതിരി വീണ്ടും 'കത്തിനിന്ന' കാലമായിരുന്നു. നമ്പൂതിരിച്ചിത്ര ങ്ങളുടെ ആരാധകനായിരുന്നു അന്നു ഞാൻ. നമ്പൂതിരിച്ചിത്രങ്ങളുടെ ഒരു പ്രദർശനം വേണമെന്ന് തീരുമാനിച്ചു. ബിലാത്തിക്കുളത്തുള്ള വീട്ടിൽ ചെന്ന് നമ്പൂതിരിയെക്കണ്ടു കാര്യം പറഞ്ഞു. വിജയൻ മാഷുടെ കോള ജല്ലേ, സമ്മതിച്ചു. ക്യാമ്പിന്റെ ദിവസങ്ങളിൽ അവിടെയുണ്ടാകാമെന്നും നമ്പൂതിരി പറഞ്ഞു.

ഇരുനൂറോളം ചിത്രങ്ങൾ ചുരുട്ടിക്കെട്ടി ഞാൻ തന്നെ ചുമന്ന് തല ശ്ശേരിക്കുള്ള ബസ്സ് പിടിച്ചു.

ക്യാമ്പ് തുടങ്ങുന്ന ദിവസം രാവിലെത്തന്നെ നമ്പൂതിരി വിജയൻ മാഷുടെ വീട്ടിലെത്തി. നമ്പൂതിരിയുടെ വരയോടെയാണ് ക്യാമ്പ് തുടങ്ങേണ്ടത്.

"സ്വാഗതം മാഷ് തന്നെ പറയണം," ഞങ്ങൾ അഭ്യർത്ഥിച്ചു. മാഷ് മലയാളം വകുപ്പിന്റെ ഇടനാഴിയിലൂടെ അങ്ങോട്ടുമിങ്ങോട്ടും ഉലാത്തി. ചിന്താഭാരത്താൽ തല താണിരുന്നു. ഒരു പക്ഷേ ജീവിതത്തിൽ ആദ്യത്തെ സ്വാഗതപ്രഭാഷണമാകാം.

പത്തു മിനുട്ടുമാത്രം നീണ്ട സ്വാഗതപ്രസംഗത്തിന്റെ അവസാനത്തെ വരികൾ ഇപ്പോഴും ഓർക്കുന്നു: "പുതിയൊരു ലോകം സൃഷ്ടിക്കാൻ വലതുകാൽ മുന്നോട്ടുവെച്ചുനിൽക്കുന്ന നമ്പൂതിരിയെ ഞാൻ സ്വാഗതം ചെയ്യുന്നു."

നമ്പൂതിരി വരച്ചുതുടങ്ങി... വിജയൻ മാഷെ വരക്കുമെന്നാണ് പ്രതീക്ഷിച്ചത്. വരച്ചത് കാൾ മാർക്സിനെയായിരുന്നു. പിന്നെ *രണ്ടാമൂഴ*ത്തിലെ ഭീമൻ, കർണ്ണൻ അങ്ങനെ....

മാർക്സിനെയും ഭീമനെയും ഞാൻ 'പൊക്കി', നാട്ടിൽ കൊണ്ടുവന്നു. ചുരുട്ടി അലമാരയിൽ വെച്ചു.

ദൽഹിയിൽ നിന്ന് നാട്ടിലെത്തിയപ്പോൾ നമ്പൂതിരിച്ചിത്രങ്ങൾ കാണാനില്ല. അമ്മയോടു ചോദിച്ചു.

"നീ പറഞ്ഞു എന്നു പറഞ്ഞ് രണ്ടുപേർ വന്നിരുന്നു-ഉം -ഉം. അവർ കൊണ്ടുപോയി," അമ്മ പറഞ്ഞു.

നമ്പൂതിരിച്ചിത്രങ്ങളോടുള്ള പ്രണയം അപ്പോഴത്തേക്കും അസ്തമിച്ചിരുന്നു. പോട്ടെ, ജീവിതത്തിൽ അങ്ങനെ എന്തെല്ലാം നഷ്ടപ്പെട്ടിരിക്കുന്നു!

പുണിഞ്ചിത്തായ

ക്യാമ്പിന്റെ രണ്ടാം ദിവസം, ജലച്ഛായത്തിൽ കേമനായ ചിത്രകാരൻ പി.എസ്.പുണിഞ്ചിത്തായ, വിജയൻ മാഷെ മോഡലാക്കി എണ്ണച്ഛായത്തിൽ ഒരു പോർട്രയിറ്റ് തീർത്തു. എക്സ്പ്രഷണിസ്റ്റ് ശൈലിയിലാണ് പോർട്രയിറ്റെന്ന്, പുണിഞ്ചിത്തായ പറഞ്ഞു. പോർട്രയിറ്റ് തീർത്ത് ഒപ്പിട്ടപ്പോൾ 'അച്ചടക്കമുള്ള മോഡൽ' എഴുന്നേറ്റു. പുണിഞ്ചിത്തായയ്ക്ക് നന്ദി പറഞ്ഞു കൊണ്ടുള്ള ചെറുപ്രസംഗം ഇങ്ങനെയാണ് തുടങ്ങിയത്: "മിക്കവാറും, ഒരു മരണപുസ്തകത്തിൽ നിന്ന് എഴുന്നേറ്റു വരുന്ന അനുഭവമാണ് എനിക്ക്."

ഫോക്‌ലോർ ക്യാമ്പ്

ബ്രണ്ണൻ വിട്ടതിനുശേഷം നാട്ടിൽ പാരലൽ കോളേജും മറ്റുമായി കഴിയുകയായിരുന്നു. ബ്രണ്ണനിൽ ഫോക്‌ലോർ ക്യാമ്പിന് ക്ഷണം കിട്ടി. ചെന്നു.

തലശ്ശേരി കണ്ണീരിലാണ്ട ദിവസമായിരുന്നു ഫോക്‌ലോർ ക്യാമ്പ് തുടങ്ങാനിരുന്ന ദിവസം. ജഗന്നാഥ ക്ഷേത്രത്തിൽ, തലേന്നാൾ ഉത്സവം കണ്ടുനിന്ന മുപ്പതോളം മനുഷ്യരുടെ മേലെ രാത്രിവണ്ടി ഇരച്ചുപാഞ്ഞ ദിവസം. അനുശോചന സൂചകമായി ക്യാമ്പ് ഒരു ദിവസത്തേക്ക് മാറ്റി വെച്ചു.

ഉദ്ഘാടന സമ്മേളനത്തിൽ, 'ഫോക്‌ലോറിന്റെ മനശ്ശാസ്ത്ര'ത്തെ ക്കുറിച്ചുള്ള മാഷുടെ പ്രഭാഷണം ആളിപ്പടർന്ന ഒന്നായിരുന്നു. 'ഒരു വിശിഷ്ടമായ വിഷയത്തിന്റെ, ആകർഷകമായ സംഭവത്തിന്റെ എല്ലാ അന്വേഷണങ്ങളും അതിന്റെ ഉദാത്തതയുടെ നാശത്തിലേ അവസാ നിക്കൂ' എന്നു തുടങ്ങിയ പ്രഭാഷണം, പിന്നെപ്പിന്നെ കാതലിലേക്ക് വന്നു.

"Human excreta എന്നു പറയുന്നത് ശരീരത്തിന്റെ ഭാഗമാണ്. ജന്തു ക്കളുടെ ഫലം കുഞ്ഞാണ്, സന്തതിയാണ് എന്നു കരുതിപ്പോന്നു. നമ്മുടെ നാട്ടിലും അത്തരം പഴഞ്ചൊല്ലുകളുണ്ട്. ആ പഴഞ്ചൊല്ലുകൾ ഉദ്ധരിക്കു ന്നില്ല. 'എന്റെ വയറ്റീന്നു പോയവനാണവൻ' എന്ന് ഒരു അമ്മ പറയുന്ന തിന്റെ അർത്ഥം അതാണ്. It is identified as an excreta. പല ആദി വാസി വർഗ്ഗങ്ങളിലും ഈ excreta സൂക്ഷിച്ചുവെച്ചാൽ അതിൽ നിന്നും പുഴുക്കളുണ്ടായിത്തീരുകയാണെങ്കിൽ സന്തതിയുണ്ടായിത്തീരും എന്നു വിശ്വസിച്ചിരുന്നു....."

വിഷ്ണുനാരായണൻ നമ്പൂതിരിയായിരുന്നു അധ്യക്ഷൻ. കവി പ്രസംഗത്തിനിടെ ഇടപെട്ടു.

"തിരുവനന്തപുരത്ത് 'എന്തരപ്പി' എന്നു പറയുന്നത് അങ്ങനെയാണ്."

"അങ്ങനെ പലതുമുണ്ട്," മാഷ് കവിയെ പാടെ അവഗണിച്ച് പ്രഭാ ഷണം തുടർന്നു.

കാല്പാടുകൾ

എം.എൻ.വിജയൻ കവി മാസ്റ്ററുടെ തൊലി പൊളിച്ചു. കയ്യും കാലും വെട്ടി, മൂക്കു ചെത്തി, കണ്ണ് ചൂഴ്ന്ന് എടുത്തു. അസ്ഥികൂടം സദസ്സിൽ പ്രദർശനത്തിനുവെച്ചു.

അറിഞ്ഞില്ലേ?

അറിഞ്ഞില്ല.

എന്തു പറയുന്നു?

നന്നായി. വളരെ നന്നായി. അവന് പി.കുഞ്ഞിരാമൻ നായർക്ക് താൻ കവിയെന്ന ഭാവമുണ്ട്. അവനെ വിജയൻ കൊന്നു.

വിജയന് പൂച്ചെണ്ട്.

കവി കാഴ്ചബംഗ്ലാവ് കാഴ്ചക്കാരനാണ്. ഒന്നും കൊതിക്കരുത്, കുലു ങ്ങരുത്. നിസ്സംഗൻ. അവൻ സർവ്വസാക്ഷിയായ സൂര്യനാവണം, ആകാശ മാവണം.

സാഹിത്യലോകത്തിൽ സിംഹങ്ങളുണ്ട്. പുലികളുണ്ട്, ആൾപ്പിടിയൻ കരടികളുണ്ട്, കഴുതപ്പുലികളുണ്ട്.

കഴുതപ്പുലികളോ? അത് എന്തു ജന്തുവാണ് മാഷെ?

കഴുതയും പുലിയുമല്ലാത്ത ജന്തു. പുലിയെന്ന പേരുവേണം എന്നാൽ പുലിയല്ല.

(പി.കുഞ്ഞിരാമൻ നായർ, *എന്നെ തിരയുന്ന ഞാൻ*)

"എന്തുകൊണ്ടാ മാഷേ ഇങ്ങനെ?" ഒരിക്കൽ ചോദിച്ചു.

"അന്നത്തെ സാഹിത്യാന്തരീക്ഷം അങ്ങനെയായിരുന്നു. ഇന്നു പറഞ്ഞാൽ മനസ്സിലാവില്ല. ജി.ശങ്കരക്കുറുപ്പിന് കിട്ടുന്ന ആദരം പല കവികൾക്കും നിരൂപകർക്കും രസിച്ചില്ല. അതിന്റെ ഭാഗമായുള്ള തെറ്റിദ്ധാരണകളാണ്."

"മാഷെന്താണ് പ്രസംഗിച്ചത്?"

"കവിയെക്കുറിച്ചായിരുന്നില്ല. കവിതയെക്കുറിച്ചായിരുന്നു. കവിയെക്കുറിച്ച് അറിഞ്ഞതും അറിയേണ്ടിവന്നതുമായ കാര്യങ്ങൾ പോലും ഒഴിവാക്കി."

"അപ്പോൾ ഇങ്ങനെയൊക്കെ എഴുതാൻ?"

"ആരോ കാര്യമായി തെറ്റിദ്ധരിപ്പിച്ചതാണ്."

"നുണയേ പറയൂ. നുണയായിട്ടു പറയുകയല്ല. ഒറ്റപ്പാലം സാഹിത്യപരിഷത്തിൽ വായിച്ച 'കളിയച്ഛൻ' ഒരു രാത്രിയിൽ മെഴുകുതിരി വെളിച്ചത്തിൽ എഴുതിയതാണ് എന്നു കവി എഴുതിയില്ലേ? നുണയാണത്. പകർത്തിയെഴുതിയതാണ്, ഇടയ്ക്ക് ഞാൻ സാക്ഷിയാണ്, ഞങ്ങളാണ് മെഴുകുതിരി വാങ്ങിച്ചുകൊടുത്തത്," മാഷ് പൊട്ടിച്ചിരിച്ചു.

"എന്തു അസാധാരണമായേ ചെയ്യൂ. ഒറ്റപ്പാലത്ത് സാഹിത്യപരിഷത്ത് കഴിഞ്ഞ് കവിയും ഞാനും എം.എസ്. മേനോൻ മാഷും രാവിലെ ചായ കുടിക്കാൻ പോയി. കവി ചായക്കടക്കാരനോടു പറഞ്ഞു: "നാലു ചായ."

മദിരാശിയിൽ

മദിരാശിയിൽ മകൻ വി.എസ് അനിൽകുമാറിനോടൊപ്പം മാഷ് താമസിക്കാൻ വന്നപ്പോൾ, എല്ലാ ദിവസവും മാഷെ കാണാൻ പോയി. ഒരു ദിവസം, ഞാൻ പണിയെടുത്തിരുന്ന *ഇന്ത്യാ ടുഡേ* (മലയാളം) ആപ്പീസിൽ വരണമെന്ന് ക്ഷണിച്ചു. മാഷ് സന്തോഷത്തോടെ സമ്മതിച്ചു.

കോൺഫറൻസ് ഹാളിൽ, പത്രാധിപസമിതി അംഗങ്ങളുമായി കുശലം പറഞ്ഞിരിക്കെ, മാഷ് പ്രസംഗിക്കണമെന്ന് എല്ലാവരും ആവശ്യപ്പെട്ടു. തമിഴ് *ഇന്ത്യാ-ടുഡേ*യിലെ പത്രപ്രവർത്തകരും കൂടി ഉണ്ടായിരുന്നതിനാൽ മാഷ് ഇംഗ്ലീഷിലാണ് സംസാരിച്ചത്.

This is an air conditioned room, in other words this is a conditioned room എന്നു തുടങ്ങിയ പ്രഭാഷണം പിഴയില്ലാത്തതും ചാരുത യേറിയതുമായ ഇംഗ്ലീഷിൽ ഒരു മണിക്കൂറോളം നീണ്ടു. കേരളം ഒരു കയറ്റുമതി സമൂഹമായി മാറുന്നതിന്റെ ആധികളാണ് മാഷ് പ്രധാനമായും പങ്കുവെച്ചത്.

പ്രസംഗം കഴിഞ്ഞപ്പോൾ തമിഴ് വിഭാഗത്തിലെ ഒരു പത്രപ്രവർത്തക മനുഷ്യരുടെ 'തെരഞ്ഞെടുപ്പു'കളെക്കുറിച്ച് ഒരു ചോദ്യം ചോദിച്ചു. മറുപടി രസകരമായിരുന്നു "Earlier, many philosophers had their on brand of cigarettes, now children have their own brand of chocolates."

പുസ്തകശാലകളിൽ

ഓക്സ്ഫഡ് പുസ്തകശാലയിലേക്ക് മാഷെ അനുഗമിച്ചു. ചരിത്രം, നരവംശശാസ്ത്രം തുടങ്ങിയ വിഭാഗങ്ങളിൽപെട്ട പുസ്തകങ്ങളാണ് മാഷ് അധികവും തെരഞ്ഞെടുത്തത്. *Reagent of the Sea* എന്ന പുസ്തകം രണ്ടുകോപ്പി വാങ്ങി, ഒരു കോപ്പി എനിക്ക് ഒപ്പിട്ടുതന്നു. കണ്ണൂ രിലെ അറക്കൽ രാജവംശത്തെക്കുറിച്ചും പതിനാറാം നൂറ്റാണ്ടുതൊട്ടുള്ള മുസ്ലീം ഭരണക്രമത്തെക്കുറിച്ചും ഒരു ഫ്രഞ്ച് ചരിത്രകാരി എഴുതിയ കനപ്പെട്ട പുസ്തകമായിരുന്നു അത്.

ഞാനന്ന് റൊളോങ് ബാർഥിൽ മുങ്ങിയ കാലമായിരുന്നു. ബാർഥിന്റെ *ഇമേജസ് മ്യൂസിക് ടെക്സ്റ്റ്* എന്ന പുസ്തകം മാഷ്ക്ക് നൽകി. മാഷ് പ്രഭാഷണങ്ങളിൽ അത്യപൂർവ്വമായി മാത്രം ബാർഥിനെ പരാമർശിക്കാറുണ്ടായിരുന്നു.

"പു.ക.സ.യുടെ ഒരു സംഗീത ക്യാമ്പ് വരാൻ പോവുകയാണ്," പുസ്തകം വാങ്ങിക്കവെ മാഷ് ചിരിച്ചുകൊണ്ട് പറഞ്ഞു.

മൂലധനം

ബ്രണ്ണൻ കോളേജിൽ എം.എൻ.വിജയൻമാഷുടെ അവസാനത്തെ ക്ലാസ്സാണ്. മുപ്പതുവർഷം നീണ്ട അധ്യാപനജീവിതത്തിലെ അവസാനത്തെ ക്ലാസ്സ്.എം.എ മലയാളം അവസാനവർഷ വിദ്യാർത്ഥിയായിരുന്ന എനിക്കും അത് മാഷുടെ അവസാനത്തെ ക്ലാസ്സായിരുന്നു.

ക്ലാസ്സ് തുടങ്ങുംമുമ്പ് മലയാളം വകുപ്പിൽ പോയി മാഷെ കണ്ടു. മാർക്സിയൻ സൗന്ദര്യശാസ്ത്രത്തെക്കുറിച്ച് ക്ലാസ്സെടുക്കണമെന്ന് അഭ്യർത്ഥിച്ചു. മാർക്സിയൻ സൗന്ദര്യശാസ്ത്രം അന്നു ചൂടുപിടിച്ച ചർച്ചാ വിഷയമായിരുന്നു. മറ്റൊരു കൗതുകവുമുണ്ടായിരുന്നു. യൗവ്വനത്തിൽ മാർക്സിസത്തോട് അടുക്കുകയും മധ്യവയസ്സിൽ അകലുകയും ചെയ്തിട്ടുള്ളവരാണ് മലയാളത്തിലെ ബുദ്ധിജീവികളിൽ ഏറെയും. സി.ജെ. തോമസ്, എം. ഗോവിന്ദൻ, ഒ.വി.വിജയൻ, കാക്കനാടൻ അങ്ങനെ നീണ്ട നിര. മാഷുടെ കാര്യത്തിൽ തിരിച്ചായിരുന്നു.

മാർക്സിയൻ സൗന്ദര്യശാസ്ത്രം അക്കാലത്ത് ചർച്ചചെയ്യപ്പെട്ടു തുടങ്ങിയിരുന്നുവെങ്കിലും സർഗ്ഗാത്മകമായ ആശയങ്ങൾ അത്തരം ചർച്ച കളിൽ കുറവായിരുന്നു. വിജയൻമാഷ് മാർക്സിത്തോട് ദാർശനികമായ അകലവും അടുപ്പവും ഒരുപോലെ സൂക്ഷിച്ചിരുന്നതിനാൽ, അദ്ദേഹ ത്തിന്റെ കാഴ്ചപ്പാട് അറിയാൻ കൗതുകം തോന്നി. ക്ലാസ്സ് ഇങ്ങനെ തുടങ്ങി:

"Capital is an universally unread book എന്ന് ഹക്സ്‌ലി പറഞ്ഞി ട്ടുണ്ട്. മലയാളത്തിൽ *മൂലധനം* തർജ്ജമ ചെയ്തവർപോലും ആ പുസ്തകം മുഴുവൻ വായിച്ചിട്ടില്ല. മുപ്പതുപേർ ഭാഗം തിരിച്ചാണ് *മൂലധനം* തർജ്ജമ ചെയ്തത്. ആ ഭാഗത്തിനപ്പുറം അവർ വായിച്ചി ട്ടുണ്ടെന്ന് എനിക്കു തോന്നുന്നില്ല."

ടാഗോർ

പുനത്തിൽ കുഞ്ഞബ്ദുള്ളയുടെ *കന്യാവനങ്ങൾ* എന്ന നോവലിൽ രവീന്ദ്രനാഥ് ടാഗോറിന്റെ കല്പനകൾ സ്വന്തം പേരിൽ എഴുതിച്ചേർത്ത തിനെച്ചൊല്ലിയുണ്ടായ പുകിലുകളിൽ വിജയൻമാഷ് കുഞ്ഞബ്ദുള്ള യുടെ പക്ഷം ചേർന്നത് 'ശിഷ്യവാത്സല്യ'മായാണ് അന്നു മനസ്സിലാക്ക പ്പെട്ടത്. മൗലികതയെക്കുറിച്ചുള്ള മൗലികമായ തെറ്റിദ്ധാരണകളെ സൗന്ദര്യശാസ്ത്രപരമായി നിർധാരണം ചെയ്യുകയായിരുന്നുവെന്ന്, സാഹിത്യത്തിന്റെ ചരിത്രപരമായ വായനയെക്കുറിച്ച് താരതമ്യേന അജ്ഞരായ 'ആജന്മഗംഭീരന്മാർ' മനസ്സിലാക്കിയിരുന്നില്ല.

കുഞ്ഞബ്ദുള്ള ടാഗോറിനെ 'മോഷ്ടിച്ചു'വെങ്കിൽ അതിന്റെ അർത്ഥം 'മോഷണ' മല്ലെന്നു ധ്വനിപ്പിച്ചുകൊണ്ടുള്ള വിജയൻമാഷുടെ ഒരു പ്രഭാ ഷണത്തിൽ ഇങ്ങനെ കേട്ടു: "എഡ്ഗർ അലൻ പോവിന്റെയും മുത്തു സ്വാമി ദീക്ഷിതരുടെയും വെറുമൊരു അനുകർത്താവു മാത്രമായ സാക്ഷാൽ ഗുരുദേവൻ...."

സുകുമാർ അഴീക്കോട്

സുകുമാർ അഴീക്കോടിന്റെ *ശങ്കരക്കുറുപ്പ് വിമർശിക്കപ്പെടുന്നു* എന്ന നിരൂപണഗ്രന്ഥം അക്കാലത്ത് സാഹിത്യനിരൂപണാന്തരീക്ഷത്തിൽ കോളിളക്കമുണ്ടാക്കിയിരുന്നു. എൻ.വി.കൃഷ്ണവാരിയരാകണം, പുസ്തകം നിരൂപണം ചെയ്യാൻ എം.എൻ.വിജയനെ ഏല്പിച്ചത്. ഗ്രന്ഥ ശീർഷകത്തിന് ഒരു ആശ്ചര്യചിഹ്നംകൂടി ചേർത്തുള്ള നിരൂപണ ശീർഷകത്തിനു കീഴെ ഒരു ചാക്യാരുടെ മട്ടിൽ, ഒരു പക്ഷേ, സാക്ഷാൽ ചാച്ചുചാക്യാരെത്തന്നെ ഓർമ്മിപ്പിക്കുന്നവിധം, എം.എൻ.വിജയൻ സുകുമാർ അഴീക്കോടിന്റെ വാദങ്ങളെ പരിഹസിച്ചുതള്ളി. ചിലപ്പോൾ ആ പരിഹാസം പതിവില്ലാത്ത വിധത്തിൽ 'വ്യക്തിപരം' കൂടിയായി ത്തീർന്നു.

"പ്രേമാങ്കുലൻ മൃദുപാണിയയച്ചു നിന്നു," എന്ന് ശ്രീ കുറുപ്പ് പാടിയിട്ടുണ്ട്. വാൾക്കാരനും വില്ലാളിയുമായ വിക്രമൻ എങ്ങനെയാണു മൃദുപാണിയയക്കുക? ശ്രീ. സുകുമാരനു അതു മനസ്സിലായെങ്കിലേ നാം അദ്ഭുതപ്പെടേണ്ടതുള്ളൂ.

"അഥവാ ബാലർക്കുണ്ടോ സ്വരവ്യത്യാസങ്ങൾ
മൃദുവാം കയ്യേതിന്നും തലോടാമപ്പൂക്കളെ"

എന്നു മഹാകവി പാടുമ്പോൾ, വിശ്വാമിത്രന്റെ കൈ മൃദുലമാണ് എന്നല്ല ഹൃദയം വാത്സല്യമസൃണമാണ് എന്നാണല്ലോ ബോധമുള്ളവർ മനസ്സിലാക്കുക."

മറ്റൊരിടത്ത്:

"ഇടയ്ക്കുവെച്ച് മിസ്റ്റിസിസമുപേക്ഷിച്ച് ശ്രീ. ശങ്കരക്കുറുപ്പ് ഒമർഖയ്യാമിന്റെ പിന്നാലെ പോയി എന്നാണ് ശ്രീ. സുകുമാരന്റെ പരാതി. പക്ഷേ, ഈ ഖയ്യാമും കൂട്ടരും സൂഫി മിസ്റ്റിക്കുകൾതന്നെയായിരുന്നു എന്നത് അദ്ദേഹം അറിയാതെ പോയി."

മൂന്നു വർഷത്തിനു ശേഷമെഴുതിയ 'പഴയ ശരിയും പുതിയ തെറ്റും' എന്ന ലേഖനത്തിൽ മലയാള സാഹിത്യ നിരൂപണത്തെയും പ്രാമാണികരായ നിരൂപകരെയും നിശിതമായി വിലയിരുത്തുമ്പോൾ സുകുമാർ അഴീക്കോട് എന്ന പേരുതന്നെയും എം.എൻ.വിജയൻ കേട്ട മട്ടില്ലായിരുന്നു.

ബ്രണ്ണനിലെ എം.എ. രണ്ടാം വർഷ വാചാപരീക്ഷയ്ക്ക് (വൈവ) കോഴിക്കോട് സർവ്വകലാശാലയിൽനിന്ന് ഡോ. സുകുമാർ അഴീക്കോട് എത്താറുള്ള ദിവസങ്ങളിൽ വിജയൻ മാഷ്ക്ക് സ്വാസ്ഥ്യം നഷ്ടപ്പെടുമായിരുന്നുവെന്ന് കേൾവിയുണ്ടായിരുന്നു. എം.എൻ.വിജയന്റെ കീഴിൽ ബ്രണ്ണനിൽ പഠിക്കുന്ന വിദ്യാർത്ഥികൾ അറിവുകുറഞ്ഞവരും അക്കാദമിക ശിക്ഷണം വേണ്ടത്രയില്ലാത്തവരുമാണെന്നു തെളിയിക്കേണ്ട 'ശാഠ്യം' അഴീക്കോടുമാഷ്ക്ക് ഉണ്ടായിരുന്നുവത്രെ. അതുകൊണ്ട്, മലയാളം എം.എ യിൽ രണ്ടാം പേപ്പറായ സംസ്കൃതത്തിൽ കയറിപ്പിടിച്ച് വിദ്യാർത്ഥികളെ വലയ്ക്കുക അദ്ദേഹത്തിന്റെ ശീലമായിരുന്നുവത്രെ.

അതിനെക്കുറിച്ച് എനിക്ക് നേരിട്ടനുഭവമില്ലാത്തതിനാലാണ് 'അത്രെ' ഉപയോഗിച്ച് എഴുതിയത്. പക്ഷേ, വൈവ പരീക്ഷയ്ക്കു ശേഷം നടന്ന ഒരു സംഭാഷണം (?) നാടക ഡയലോഗ് പോലെ ബ്രണ്ണനിൽ പരന്നിരുന്നു. അതിങ്ങനെ:

സുകുമാർ അഴീക്കോട് : മാഷേ, കുട്ടികളൊന്നും അത്ര പോരാ.

എം.എൻ.വിജയൻ: എന്റെ കുട്ടികളെക്കുറിച്ച് അങ്ങനെയാരും പറഞ്ഞു കേട്ടിട്ടില്ല. മകൾ ദൽഹിയിൽ പഠിക്കുന്നു; മകൻ മദിരാശിയിൽ.

സുകുമാർ അഴീക്കോട്: അയ്യോ, അതല്ല മാഷേ ഞാനുദ്ദേശിച്ചത്. ബ്രണ്ണനിലെ കുട്ടികൾ...

എം.എൻ.വിജയൻ: അതെങ്ങനെ ഉണ്ടാവാനാ മാഷേ, ഓരോരുത്തർ എഴുതിവിടുന്ന പുസ്തകങ്ങളല്ലേ അവർ പഠിക്കുന്നത്!

അന്ന് സുകുമാർ അഴീക്കോടിന്റെ രണ്ടു നിരൂപണഗ്രന്ഥങ്ങൾ എം.എ. സിലബസ്സിൽ ഉണ്ടായിരുന്നുവത്രെ!

പക്ഷേ, ഈയൊരനുഭവം എന്റെ കൺമുന്നിൽ നടന്നതാണ്. തലശ്ശേരിയിൽ നടന്ന അഖിലകേരള സംസ്കൃത സമ്മേളനത്തിനു വിജയൻ മാഷെ അനുഗമിച്ചിരുന്നു.

സമ്മേളനവേദിക്കരികെ സുഹൃത്തുക്കളുമായി മാഷ് കുശലം പറഞ്ഞുകൊണ്ടിരിക്കെ, സ്വാഗതപ്രാസംഗികൻ പറയുന്നതു കേട്ടു: "ഡോ. സുകുമാർ അഴിക്കോടാണ് ഈ സമ്മേളനം ഉദ്ഘാടനം ചെയ്യേണ്ടിയിരുന്നത്. ഞങ്ങൾ സംഘാടകർ കോഴിക്കോട് സർവകലാശാലയിലേക്ക് വാഹനം അയയ്ക്കുകയും ചെയ്തിരുന്നു. അദ്ദേഹം അത്യാവശ്യമായി തൃശ്ശൂരിലേക്ക് പോയി എന്ന വിവരമാണ് കിട്ടിയത്. സമ്മേളനം ഡോ. എം. ലീലാവതി ഉദ്ഘാടനം ചെയ്യും."

അതു പറഞ്ഞുതീർന്നതും അഴീക്കോട് മാഷ് കാറിൽനിന്നിറങ്ങി; നിന്നു തിളച്ചു:

"എന്തസംബന്ധമാണിത്. ഞാൻ യൂണിവേഴ്സിറ്റിയിൽ എന്റെ ക്വാർട്ടേഴ്സിൽ തന്നെ ഉണ്ടായിരുന്നു. ഏതു വിഡ്ഢ്യാസുരനാണ് എന്നെ കൂട്ടാൻ വന്നത്? എന്തുകൊണ്ട് അയാൾ ക്വാർട്ടേഴ്സിലേക്കു വന്നില്ല? ഞാൻ സ്വന്തം വണ്ടിപിടിച്ചാണു വന്നത്. ഞാൻ ഉദ്ഘാടനം ചെയ്യുന്നില്ല. ഇപ്പോൾത്തന്നെ തിരിച്ചുപോകുന്നു."

സംഘാടകർ ഓടിപ്പിടഞ്ഞെത്തി മാപ്പുപറഞ്ഞു.

ക്വാർട്ടേസിലേക്കു വഴി ചോദിച്ചപ്പോൾ, കുറച്ചു വിദ്യാർത്ഥികൾ, മാഷ് അവിടെയില്ല, തൃശ്ശൂരേക്കു പോയി എന്നു പറഞ്ഞതു വിശ്വസിച്ചാണ് വാഹനം തിരിച്ചുവന്നത്.

അഴിക്കോട് മാഷിലെ ദുർവാസാവ് വീണ്ടും ജ്വലിച്ചു.

അപ്പോൾ വിജയൻമാഷ് അഴീക്കോടുമാഷുടെ കൈയിൽ പിടിച്ചു പറഞ്ഞു: "അടങ്ങ് സുകുമാരാ."

അഴീക്കോട് മാഷ് അടങ്ങി. സമ്മേളനം ഉദ്ഘാടനം ചെയ്തു. ഉജ്ജ്വലമായ പ്രഭാഷണമായിരുന്നു.

വിജയൻമാഷുടെ തുടർന്നുള്ള പ്രസംഗത്തിൽ ഇങ്ങനെ കേട്ടു:

"സംസ്കൃതം പഠിക്കണമെന്നു പറയാൻ കാരണം അതൊരു വലിയ ഭാഷയായതുകൊണ്ടല്ല, ആ ഭാഷയിലാണ് ഇന്ത്യയുടെ നൂറ്റാണ്ടുകളായുള്ള അറിവ് ഉപ്പിലിട്ടുവച്ചിരിക്കുന്നത് എന്നതുകൊണ്ടാണ്."

ഭരണിപ്പാട്ട്

കൊടുങ്ങല്ലൂരിലെ *കരുണ*യിൽ ഇരിക്കുമ്പോൾ കൊടുങ്ങല്ലൂർ എന്ന ദേശവും സംസ്കാരവുമെല്ലാം വർത്തമാനത്തിൽ നിറഞ്ഞു.

കൊടുങ്ങല്ലൂരിന്റെ സ്ഥലനാമം 'കൊടുങ്ങ' (പുളി) യിൽ നിന്നാകാമെന്നും സ്ഥലനാമപഠനം നടത്തുമ്പോൾ ആളുകൾ ലളിതമായി ചിന്തിക്കാൻ മറന്ന് സംസ്കൃതവും മറ്റും കൂട്ടിക്കലർത്തി വികലമാക്കുകയാണെന്നും മാഷ് പറഞ്ഞു. സംഭാഷണം വന്നുവന്ന് കൊടുങ്ങല്ലൂർ ഭരണിയിലും ഭരണിപ്പാട്ടിലും എത്തി.

"*അദ്ധ്യാത്മരാമായണം* വായിക്കുന്നതിനു മുമ്പ് കേട്ടുതുടങ്ങിയത് ഈ പറയുന്ന പാട്ടുകളാണ്. അതിൽ അശ്ലീലമായിട്ട് ഒന്നുംതന്നെ ഇല്ല. മനുഷ്യരുടെ ശരീരാവയവങ്ങളുടെ പ്രവർത്തനത്തെക്കുറിച്ച് വളരെ ലളിതമായി പറയുകയാണതിൽ."

മാഷ് പൊട്ടിച്ചിരിച്ചു.

കാടിന്റെ ഭംഗി

'നിശ്ചലയാത്ര'കളല്ലാതെ വിജയൻമാഷ് യാത്ര ചെയ്യാറുണ്ടായിരുന്നില്ല. സാഹചര്യങ്ങൾ നിർബന്ധിക്കുമ്പോഴുള്ള പ്രസംഗയാത്രകളെയും മറ്റും യാത്രയുടെ കൂട്ടത്തിൽ കൂട്ടിക്കൂടല്ലോ.

'ഉദഗ്രരമണീയ പൃഥ്വി' യെ ആശ്ലേഷിക്കാൻ താത്പര്യമില്ലാത്തതിനെക്കുറിച്ച് ഒരിക്കൽ ചോദിച്ചു.

മഹാരാജാസിൽ പഠിക്കുന്ന കാലത്ത് കൊടുങ്ങല്ലൂരിലെ വീട്ടിൽനിന്ന് രാവിലെ മൂന്നു മണിക്കെഴുന്നേറ്റ് ഒന്നരമണിക്കൂർ നടന്ന് ബോട്ടുജെട്ടിയിൽനിന്ന് നാലരയ്ക്ക് ബോട്ടുകയറി, ഒമ്പതരയ്ക്ക് കൊച്ചിയിലെത്തുന്ന ബോട്ട് യാത്രയെക്കുറിച്ച് മാഷ് പറഞ്ഞു:

"വെളിച്ചം വരാൻ അഞ്ചര-ആറു മണിയാവും. അതുവരെ കാഴ്ചകൾ കാണും. അതിലും വലിയ പ്രകൃതിസൗന്ദര്യമില്ല. വെളിച്ചം വന്നാൽ പുസ്തകം വായിക്കും, മൂന്നു മണിക്കൂറെങ്കിലും," മാഷ് തുടർന്നു: "പ്രകൃതിസൗന്ദര്യവാദികൾ പറയുന്നതിലൊന്നും എനിക്കത്ര വിശ്വാസം പോര. കാടിന്റെ സൗന്ദര്യമെന്നതു കൊതുകിന്റെ കടി കൂടിയാണ്."

അതെ, ഇഷ്ടകവി സ്വാധീനിച്ചിരിക്കാം:

"...നന്മതൻ മറുപുറം കാണും
ഞങ്ങളെപ്പോഴുമൊരു സൗവർണ്ണപ്രതിപക്ഷം."

ചിന്തയുടെ അഗ്നിബാധ

സോഫിയ ബിന്ദ് സംവിധാനം ചെയ്ത *വിജയൻമാഷ്* എന്ന ഡോക്യുമെന്ററിയിലെ അവസാനഭാഗത്ത് മാഷ് ഇങ്ങനെ പറയുന്നു:

"തീപിടിപ്പിക്കാനുപയോഗിച്ച കമ്പോ കൊള്ളിയോ കത്തിത്തീർന്നാലും തീ പിന്നെയും വ്യാപിച്ചു കൊണ്ടിരിക്കും. ഈ പറയുന്ന അഗ്നിബാധയിൽ, ഒരുപക്ഷേ, ചിന്തയുടെ അഗ്നിബാധയിൽ, ആത്മനാശത്തിന്റെ അംശമുണ്ട്. പക്ഷേ, അതിന്റെ അർത്ഥം നിങ്ങൾ മറ്റുള്ളവരിൽ

കൊടുക്കാനുള്ള കോഴി

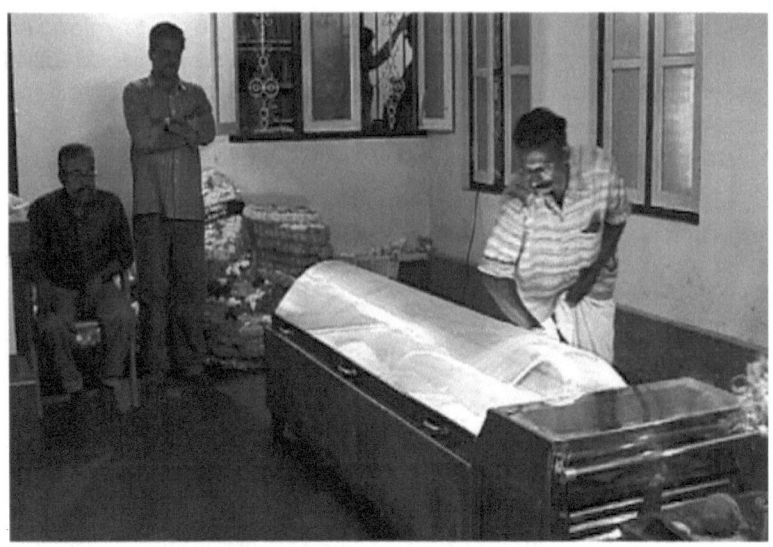

വിജയൻമാഷിന്റെ ഭൗതികശരീരത്തിനു മുന്നിൽ
(ടെലിവിഷൻ ദൃശ്യത്തിൽനിന്ന്)

പടരുകയാണെന്നോ സ്വയം ഇല്ലാതായിത്തീർന്നിട്ട് മറ്റുള്ളവരിൽ ജീവിക്കുന്നു എന്നോ ആണ്. അതൊരു സാഫല്യമാണ്. മിക്കവാറും അലകൾപോലെ. ഈ അല, അസ്വാസ്ഥ്യത്തിന്റെ ഒരു പൾസ് ഒരു പക്ഷേ, കര വരെ എത്തിച്ചേർന്നു എന്നുവരാം. അത് നമുക്ക് പ്രവചിക്കാൻ കഴിയാത്ത ഒരു കാര്യമാണ്. ശത്രുക്കളില്ലാതെ മരിക്കുന്നവൻ ഒന്നും ചെയ്തിട്ടില്ല എന്നാണ് അർത്ഥം."

(2007–2014)

ഭാഗം രണ്ട്

കാവ്യസ്വപ്നവും പ്രബുദ്ധാനുഭൂതിയും

Great men are disaster for society
ചീനത്തിലെ പഴമൊഴി

ഒരു കവിയും നിരൂപകനും തമ്മിൽ, വൈലോപ്പിള്ളി ശ്രീധരമേനോനും എം.എൻ. വിജയനും തമ്മിൽ ഉണ്ടായതുപോലുള്ള ഗാഢവും ദീർഘവും നിരന്തരവുമായ പാരസ്പര്യം ലോകസാഹിത്യത്തിൽ മറ്റേതൊരു കവിയും നിരൂപകനും തമ്മിൽ ഉണ്ടായിട്ടുണ്ടോ എന്നറിയില്ല. എന്റെ അറിവിൽ, ഇല്ല. 1949-ൽ, പത്തൊമ്പതാം വയസ്സിൽ എഴുതിയ 'കന്നിക്കൊയ്ത്ത്'[1] എന്ന ലേഖനമാണ്, ഒരുപക്ഷേ, എം.എൻ.വിജയന്റെ ആദ്യത്തെ വൈലോപ്പിള്ളി പഠനം. 2007-ൽ എഴുപത്തിയേഴാം വയസ്സിൽ, മരണത്തിനു രണ്ടുമാസം മുമ്പെഴുതിയ 'ചില പഴയ കാര്യങ്ങൾ'[2] എന്ന ലേഖനത്തിലെ *കുടിയൊഴിക്കലി*ലെ വരികളുടെ പരാമർശം വരെ ഈ പാരസ്പര്യത്തിനു ലിഖിതരേഖകളുണ്ട്. അതായത് അമ്പത്തിയെട്ടു വർഷത്തെ 'രാഗദ്വേഷം'. *ശീർഷാസനം*[3] എന്ന വൈലോപ്പിള്ളി പഠനസമാഹാരവും വൈലോപ്പിള്ളിക്കവിതയെക്കുറിച്ചുള്ള പ്രഭാഷണങ്ങളും മറ്റു ലേഖനങ്ങളിലെയും പ്രഭാഷണങ്ങളിലെയും ആനുഷംഗിക പരാമർശങ്ങളും ക്ലാസ്സ്മുറിപ്രഭാഷണങ്ങളും അടുക്കിവച്ചാൽ ആയിരം പുറം കവിയുന്ന കനപ്പെട്ട ഒരു പുസ്തകം സങ്കല്പിക്കാനാവും. 'ഇംപോസിബിൾ റൈറ്റർ' എന്ന് സ്വയം വിശേഷിപ്പിച്ചിട്ടുള്ള ഒരാളുടെ 'സംഭാവന'യാണിതെന്നും, ഓർക്കണം. അഥവാ, ഓസ്കർ വൈൽഡിന്റെ ഒരു നാടകത്തിലെ കഥാപാത്രം പറയുന്നതുപോലെ, "Dr. Chasuble is a most learned man. He has never written a single book, so you can imagine how much he knows.'' ഫലിതം ഒഴിച്ചു നിർത്തിയാൽ, എം.എൻ. വിജയൻ ഒന്നോ, കൂടിയാൽ രണ്ടോ പുസ്തകങ്ങളെ എഴുതിയിട്ടുള്ളു. ബാക്കിയെല്ലാം 'അങ്ങനെ സംഭവിച്ചതാണ്.'

ഈ കുറിപ്പുകൾക്കുള്ള മുന്നൊരുക്കമായി, എം.എൻ.വിജയന്റെ വൈലോപ്പിള്ളി പഠനങ്ങളിലൂടെ ഒരിക്കൽകൂടി കടന്നുപോകെ,

ഷേക്സ്പിയറെക്കുറിച്ചു പഠിക്കാനും പ്രസംഗിക്കാനും എഴുതാനുമായി ജീവിതം ഉഴിഞ്ഞിട്ട എ.സി. ബ്രാഡ്‌ലിയെക്കുറിച്ച് ഒരു അജ്ഞാതകവി രസിച്ചുപാടിയ വരികൾ, ഞങ്ങൾക്ക് ക്ലാസ്സിൽ ചൊല്ലിത്തന്ന, ഞങ്ങളുടെ സ്വന്തം ബ്രാഡ്‌ലിയും എഡ്മണ്ട് കീനുമായിരുന്ന എച്ച്.കെ. ശേഷാദ്രി സാറിന്റെ ഘനഗംഭീരമായ ശബ്ദത്തിൽ, ഓർമ്മ വന്നു:

I dreamt last night that Shakespeare's Ghost
Sat for a civil service post.
The English paper that year
Had several questions on *King Lear*
which Shakespeare answered so badly
Because he hadn't read his Bradley.

ആലോചിക്കുമ്പോൾ കൗതുകം തോന്നുന്ന ഒരു സംഗതി നമ്മുടെ കവിയും നിരൂപകനും അത്യപൂർവ്വമായേ നേരിൽ കണ്ടിട്ടുള്ളൂ എന്ന താണ്. ആ കണ്ടുമുട്ടലുകൾക്ക് ഫോട്ടോഗ്രാഫുകളുടെ തെളിവില്ല എന്നതും കൗതുകം. തകഴിക്കും മുണ്ടശ്ശേരിക്കും എം.ടിക്കും അയ്യപ്പ പ്പണിക്കർക്കും കടമ്മനിട്ടയ്ക്കുമൊപ്പം പടങ്ങളിൽ വൈലോപ്പിള്ളിയെ കണ്ടിട്ടുണ്ട്. എം.എൻ.വിജയനോടൊപ്പമുള്ള ഒരു പടത്തിൽ വൈലോ പ്പിള്ളിയുടെ മുഖവിചാരം എങ്ങനെയായിരിക്കുമെന്ന് വെറുതെ ആലോ ചിച്ചു നോക്കിയിട്ടുണ്ട്, ആലോചിക്കാൻ രസമുള്ളതിനാൽ മാത്രം.

കവിയെ ആദ്യമായി കാണുന്ന സന്ദർഭത്തെക്കുറിച്ച് എന്നോടിങ്ങനെ പറഞ്ഞിട്ടുണ്ട്. "ഞാനാദ്യം കാണുമ്പോൾ അദ്ദേഹം തുണിയലക്കിയിട്ട് നീലം മുക്കി പിഴിയുകയാണ്," മാഷ് പൊട്ടിച്ചിരിച്ചു, "ഒറ്റയാനാണല്ലോ." [5]

"സഹോദരിയുണ്ട്, പക്ഷേ തന്നത്താനാണ് ജോലി ചെയ്യുക. *കേരള പത്രിക*യുടെ വിശേഷാൽപ്രതിയിലേക്ക് ഒരു കവിത ചോദിക്കാനാണ് ചെല്ലുന്നത്. "ഒറിജിനൽ ഒന്നും ഇല്ല, ടാഗോറിന്റെ ഒരു കവിത തർജ്ജമ ചെയ്തുതരാം," എന്നു പറഞ്ഞു. പോകാൻ നേരത്ത് സ്റ്റീഫൻ സ്വൈഗിന്റെ ഒരു പുസ്തകം, *ഫ്രൂട്ട്സ് ഓഫ് ദ എർത്ത്* എനിക്കു തന്നു, വായിക്കണ മെന്നു പറഞ്ഞു."

1945-ലായിരുന്നു അത്. നിരൂപകന്റെ പതിനഞ്ചാം വയസ്സിൽ. കവിക്ക് നിരൂപകനേക്കാൾ 19 വയസ്സു മൂപ്പുകൂടും. 1952-ൽ *ഓണപ്പാട്ടുകാ*രുടെ അവതാരിക, 1956-ൽ 'മാമ്പഴം' ലേഖനം, 1970-ൽ 'സഹ്യന്റെ മകൻ' ലേഖനം എന്നിവ എഴുതി. *ഓണപ്പാട്ടുകാ*രുടെ അവതാരികയെക്കുറിച്ച് 'വീടിനെക്കാൾ വലിയ പടിപ്പുര' എന്ന് സാക്ഷാൽ മുണ്ടശ്ശേരി നസ്യം പറഞ്ഞു. 'മാമ്പഴം', 'സഹ്യന്റെ മകൻ' ലേഖനങ്ങളിൽ കവിതന്നെയും ചിണുങ്ങി, പിണങ്ങി, പരിഭവിച്ചു. "നന്മയുടെ മറുപുറം കാണുക എന്ന സ്വഭാവം സ്പഷ്ടമാക്കുന്നതിനു പുറമെ, കവിയുടെ ഇഷ്ടാനിഷ്ടങ്ങൾ നിരൂപണത്തിൽ പ്രസക്തമായിക്കൂടാ എന്ന് ഊന്നിപ്പറയേണ്ട കാലമായി"[6] എന്നു നിരൂപകൻ എഴുതി.

ഏറ്റവുമൊടുവിൽ നിരൂപകൻ കവിയെ കാണുന്നത്, 1985-ൽ തൃശ്ശൂരിലെ *വിശ്വദർശന*യ്ക്കുവേണ്ടി, സാഹിത്യഅക്കാദമി ഹാളിൽ, സിഗ്മണ്ട് ഫ്രോയ്ഡിനെക്കുറിച്ചുള്ള പ്രഭാഷണവേളയിലാണ്. പ്രഭാഷണം പകുതി പിന്നിട്ടപ്പോഴാണ് സദസ്സിൽ മധ്യനിരയിൽ, ഒരു മൂലയിൽ ഇഷ്ടകവി മുഖം കനപ്പിച്ച് ഇരിക്കുന്നത് നിരൂപകൻ കണ്ടത്. "പിന്നെ കവിയാകട്ടെ വിഷയം എന്നു ഞാൻ വെച്ചു," മാഷ് എന്നോട് പറഞ്ഞു.[7]

പ്രഭാഷണം കഴിഞ്ഞ്, വേദി വിട്ടിറങ്ങാൻ നേരത്ത്, കവി നിരൂപകനെ തടഞ്ഞു.

"വിജയന് നല്ല സുഖമില്ല, അല്ലേ?" കവി ചോദിച്ചു. നിരൂപകൻ തന്റെ സുപ്രസിദ്ധമായ പൊട്ടിച്ചിരി മറുപടിയായി സമ്മാനിച്ചു.

"പിന്നെന്തുണ്ടായി മാഷേ?" ഞാൻ തിരക്കി.

"ഫ്രോയ്ഡിനെ കുറേ ചീത്ത പറഞ്ഞു. കേസരിയെയും. നിന്നെയല്ല, നിന്നെ ഉണ്ടാക്കിയവരെ പറയണം എന്നല്ലേ?" മാഷ്, പിന്നെയും പൊട്ടിച്ചിരിച്ചു. "പിന്നെ കവി അയഞ്ഞു. വാത്സല്യം കൂടി. വീട്ടിൽ പോയിട്ട്, പിറ്റേന്നാൾ പോകാം എന്ന് (കവി) പറഞ്ഞു. എനിക്ക് (തലശ്ശേരിക്ക്) അത്യാവശ്യമായി മടങ്ങേണ്ടതുണ്ടായിരുന്നു, മാഷ് പറഞ്ഞു; "മാറി നിന്ന് കുറച്ചുനേരം വർത്തമാനം പറഞ്ഞ് ഞാൻ മടങ്ങി."

"വൈലോപ്പിള്ളിയെക്കുറിച്ച് എനിക്കൊന്നും അറിയില്ല," എന്ന് നിരൂപകൻ ചിലപ്പോഴെല്ലാം പറഞ്ഞിട്ടുണ്ട്. പ്രശസ്തമായ ഒരു വൈലോപ്പിള്ളി പ്രഭാഷണം തുടങ്ങുന്നതുതന്നെ ഈയൊരു വാക്യത്തോടെയാണ്. "എനിക്കു വ്യക്തിപരമായി വളരെ ബന്ധം കുറഞ്ഞ ആളാണ് വൈലോപ്പിള്ളി. മാത്രവുമല്ല, അത് അപ്രസക്തവുമാണ്. കവികളെപ്പോഴും മനുഷ്യസമുദായത്തിൽ ഒരു ന്യൂനപക്ഷമാണ്. കവികളെ ഒഴിവാക്കിയാലും നമുക്ക് ധാരാളം സൗഹൃദങ്ങൾ ഉണ്ടാകും. വൈലോപ്പിള്ളിയെക്കുറിച്ച് എഴുതുമ്പോൾ ജീവചരിത്രവസ്തുതകൾ അന്വേഷിച്ചിട്ടില്ല. അന്വേഷിക്കാതെ അറിഞ്ഞിട്ടുള്ള കാര്യങ്ങൾ പോലും ഒഴിവാക്കി."[8]

ഓണപ്പാട്ടുകാർ അവതാരിക

എറണാകുളത്ത് എം.എക്ക് പഠിക്കുമ്പോഴാണ് *ഓണപ്പാട്ടുകാർ*ക്ക് അവതാരികക്കായി കവി നിരൂപകനെ അന്വേഷിച്ചുവരുന്നത്. "(എബ്രഹാം) മാടമാക്കലിന്റെ കൂടെ ഒരു തവണ വീട്ടിൽപ്പോയിട്ടുണ്ടെന്നല്ലാതെ ഞങ്ങൾ തമ്മിൽ പ്രത്യേകിച്ച് കമ്യൂണിക്കേഷൻ ഒന്നുമില്ല. അതിനിടെ *സാഹിത്യപരിഷത്ത് മാസിക*യിൽ വൈലോപ്പിള്ളിയെക്കുറിച്ച് എന്റെ ഒന്നുരണ്ടു ലേഖനങ്ങൾ വന്നിരുന്നു. അതു വായിച്ചിട്ടാകണം, ഒരു ദിവസം സൈക്കിളുമായി വീട്ടിൽ വന്നു. ഞാനവിടെ ഉണ്ടായിരുന്നില്ല. പിറ്റേദിവസം വീണ്ടും വന്നു. പ്രിന്റ് ചെയ്ത മാറ്ററുമായിട്ട്. "ഞാനെന്താ ചെയ്യ്വാ," എന്ന് ഞാൻ ചോദിച്ചു. "അങ്ങോട്ടു ചെയ്താൽ മതി," എന്നു വൈലോപ്പിള്ളിയും പറഞ്ഞു. അതിനിടെ, മദിരാശിയിൽ നിന്നുള്ള ഒരു

പരസ്യം കണ്ടു. അപേക്ഷിച്ചു. അവിടെ അധ്യാപക ജോലി കിട്ടി. മാറ്റവും കൊണ്ട് അങ്ങോട്ടുപോയി. പിന്നീട് നിരന്തരമായ കത്തുകൾ. പ്രസ്സ് മാനേജർ പ്രിന്റ് ചെയ്ത കടലാസുകൾ തിരിച്ചുകൊണ്ടുപോയി സ്ഥല മൊഴിവാക്കിത്തരണമെന്നു പറയുന്നു, ഞാനെന്താ ചെയ്യേണ്ടത് എന്നൊ ക്കെയാണ് കത്തിൽ. അങ്ങനെ ആ അവതാരിക സംഭവിച്ചു."[9]

"അവതാരിക വായിച്ചിട്ട് പ്രതികരണം എന്തായിരുന്നു?" ഞാൻ ചോദിച്ചു. "അമിതപ്രശംസയാണ്, ഇത്രയും പ്രശംസിക്കാൻ പാടില്ലായി രുന്നു... ഉപയോഗിച്ച വാക്കുകൾ 'പഞ്ചസാരപ്പൊടി കൂടുതൽ വിതറി' എന്നാണ്. വൈലോപ്പിള്ളിയുടെ റിയാക്ഷൻ പാറ്റേണിനെക്കുറിച്ചാണു ഞാൻ പറയുന്നത്. പ്രശംസിക്കുമ്പോൾ വിശ്വാസക്കുറവും ചീത്ത പറ യുമ്പോൾ വിശ്വാസവുമാണ്."[10]

വൈലോപ്പിള്ളി അദ്ദേഹത്തിന്റെ അനുകൂലനിരൂപകരെയെല്ലാം പിടിച്ചു കുലുക്കിയിട്ടുണ്ട് എന്ന് വൈലോപ്പിള്ളിയെക്കുറിച്ചുള്ള പല പ്രഭാഷണ ങ്ങളിലും മാഷ് ആവർത്തിക്കുന്നത് ഞാൻ കേട്ടിട്ടുണ്ട്. താൻ അനുകൂല നിരൂപകനേയല്ല എന്നാണ് നിരൂപകൻ അർത്ഥമാക്കിയത്. 'വിധി ഒരെഴു ത്തകാരന് എന്നു വിഷയമാണ് കല്പിച്ചുകൊടുത്തത്' (ഫ്രോയ്ഡ്) എന്ന് ഒരു ശസ്ത്രക്രിയാവിശാരദന്റെ തണുത്തുറഞ്ഞ കത്തികൊണ്ട് കീറി മുറിച്ചുനോക്കുന്ന ഒരാളായിട്ടാണ് നിരൂപകൻ സ്വയം വിലയിരുത്തിയത്. അതാകാം, പരിഭവങ്ങൾക്കപ്പുറം കവിയെ നിരായുധനാക്കിയതും.

എം.തോമസ് മാത്യുവിനെപ്പോലുള്ള 'കരുത്തുറ്റ' നിരൂപകന്മാരെ തന്റെ പിച്ചാത്തി നിവർത്താൻ പറ്റുമോ എന്നു പരീക്ഷിക്കാനേ കവി മുതിർന്നുള്ളൂ.[11]

മാരാരുടെ അവതാരിക

ഒരു പതിവു സായാഹ്നത്തിൽ *കരുണ*യിൽ ഇരിക്കവെ, കുട്ടിക്കൃഷ്ണ മാരാരെക്കുറിച്ച്, മാരാരുടെ നിരൂപണത്തെക്കുറിച്ച് ചോദിച്ചു.

കോഴിക്കോട്ട്, മാരാരെക്കുറിച്ച് മാഷ് നടത്തിയ പ്രഭാഷണത്തെ ത്തുടർന്ന് ഇടയ്ക്കിടെ മാരാർ സംഭാഷണങ്ങളിൽ കടന്നുവന്നിരുന്നു. മാരാ രുടെ *ഭാരതപര്യടനം* ഒറിജിനൽ അല്ല എന്ന മാഷുടെ പരാമർശം ഞെട്ട ലുണ്ടാക്കിയിരുന്നു. *ഭാരതപര്യടന*ത്തിൽ മുഗ്ധനായിരുന്നു എന്നല്ലാതെ, മാഷുടെ പരാമർശത്തെ ചോദ്യം ചെയ്യാനുള്ള കോപ്പുകളൊന്നും എന്റെ പക്കലുണ്ടായിരുന്നില്ല.

മാരാര് വൈലോപ്പിള്ളിയുടെ *കന്നിക്കൊയ്ത്തി*നെഴുതിയ അവതാരി കയിലേക്ക് എത്തി.

"എന്നാൽ ഈയൊരു കൃതിയിൽ, സംസ്കൃതത്തിലെ അദ്വിതീയ കാവ്യമായ *മേഘസന്ദേശ*ത്തിന്റെ അത്ഭുതകലാസൗഭഗത്തിന്റെ ഒരംശം ഉപസ്കരിച്ചിട്ടുണ്ടെന്നുപറയാൻ ഞാൻ ധൈര്യപ്പെടുന്നു. *മേഘസന്ദേ ശ*ത്തെ തുടർന്നുണ്ടായ അനേകം സന്ദേശകാരന്മാർക്കു കണികാണാൻ

കിട്ടാത്ത കലാസൗഭാഗ്യമാണത് എന്ന്, മറിച്ചുതോന്നാതിരിപ്പാൻവേണ്ടി തുറന്നുപറയട്ടെ."[12]

"എന്താണ് ഈ 'മറിച്ചുതോന്നാതിരിപ്പാൻ വേണ്ടി'?" മാഷ് ചോദിച്ചു. "*മേഘസന്ദേശ*ത്തിന്റെ എന്നു പറഞ്ഞാൽ *ഉണ്ണിനീലിസന്ദേശ*ത്തിന്റെ എന്നാണോ ആളുകൾ മനസ്സിലാക്കുക?" ശബ്ദത്തിൽ ക്ഷോഭം കലർന്നിരുന്നു. "എവിടെയെങ്കിലും കൊളുത്താതെ (മാരാർക്ക്) ഉറക്കം വരില്ല."

കുട്ടിത്തേവാങ്ക്

എം.എൻ.വിജയൻ സാഹിത്യനിരൂപണത്തിൽ നിന്ന് സാംസ്കാരിക നിരൂപണത്തിലേക്ക് തന്നിലൂടെ 'കടന്നുകയറ്റം' നടത്തുന്നതോടെയാണ് കവി ചകിതനാകുന്നത്. 'മാമ്പഴം' നിരൂപണത്തോടെയാണ് നിരൂപകന്റെ ഈ ചുവടുമാറ്റം. 'അസാമാന്യമായ ഉൾക്കാഴ്ചയുള്ള പ്രതിഭ' എന്ന് പിൽക്കാലത്ത് താൻ നിശിതവിമർശനങ്ങൾക്കിടയിലും സ്തുതിച്ച മാരാരുടെ, 'മാമ്പഴം' പരാമർശങ്ങളെ സൂചിപ്പിച്ചുകൊണ്ടായിരുന്നു വിച്ഛേദം. വേർപിരിയൽ സന്ധി, മാരാരുടെ വാക്കുകളിൽ നിന്നാണ് തുടങ്ങുന്നത്.

"കവികൾ വാക്കുകൾ കൊണ്ടേല്പിക്കുന്ന അനുഭൂതിക്ക് ഒരിക്കലും മറക്കരുതാത്ത ദാർഢ്യം കിട്ടുന്നത് അവയുടെ കലാത്മകത കൊണ്ടാണ്... മറ്റൊന്നല്ലാ പ്രസ്തുത കൃതിയിലെ ഈ വരികൾക്കുള്ള മേന്മയും."[13]

"എന്നിട്ടദ്ദേഹം 'തന്മകനമൃതേകാൻ' എന്നു തുടങ്ങുന്ന നാലുവരിക്കവിത ഉദ്ധരിക്കുന്നു. 'കലാത്മകത' എന്ന മാരാരുടെ പദത്തിൽ 'മഹത്തായ സത്യ'മടങ്ങിയിരിക്കാമെങ്കിലും അതെന്തെങ്കിലുമൊരാശയം സുസ്പഷ്ടമായി വിവരിക്കുന്നില്ല. സാഹിത്യനിരൂപണമാണത്."[14]

1956-ലാണ് 'മാമ്പഴം' നിരൂപണം വരുന്നത്, *ജയകേരളം* വാർഷികപ്പതിപ്പിൽ. 'സമസ്തം വൈകിച്ചെയ്യുന്ന' കവി, വളരെ വൈകാതെ തന്നെ 'കുട്ടിത്തേവാങ്ക്' എന്ന കവിതയുമായി വന്നു. 1958 മാർച്ച് 23 ന്റെ *മാതൃഭൂമി ആഴ്ചപ്പതിപ്പി*ലാണ് ആ കവിത 'രണ്ടു കവിതകൾ' എന്ന തലക്കെട്ടിൽ പ്രസിദ്ധീകൃതമാകുന്നത്.

"ജാഥയായുറുമ്പുകൾ
നീങ്ങട്ടെ, കിളിക്കൂട്ടം
ഗാഥപാടട്ടെ ഗർജ്ജി-
ച്ചിടട്ടേ കടുവകൾ
ഒന്നാകെത്തിരക്കാണു-
ലോകത്തി,ലീലോകത്തെ
നന്നാക്കാനിച്ഛിപ്പീല
ഞാൻ, സ്വയം നന്നാകാനും

ഞാനൊരു കുട്ടിത്തേവാ-
ങ്കെന്റെ മേല്പതിക്കൊല്ലേ
ഭാനുമൽക്കരങ്ങളും
നിങ്ങൾതൻ നോട്ടങ്ങളും"

എന്ന് തുടങ്ങുമ്പോഴേ കവി പിണങ്ങുന്നു. പിന്നെ കവി തന്റെ ലോകത്തിലേക്ക് വലിഞ്ഞ് ലോകത്തിനു നേരെ വാതിൽ കൊട്ടിയടക്കാൻ കൊതിക്കുന്നു.

മാമരക്കൊമ്പിൽ ചുരു-
ണ്ടൊരു വള്ളിപോൽ പണ്ടു
മാതൃഗർഭത്തിനുള്ളിൽ-
പ്പോലെ ഞാൻ മയങ്ങട്ടെ.

കവിയെ 'പ്രകോപിപ്പി'ച്ചിരിക്കാവുന്ന 'മാമ്പഴം' നിരൂപണഭാഗങ്ങൾ ഊഹിക്കുക വിഷമമല്ല.

1. പൂങ്കുലയും മാമ്പഴവും ഒരേ വസ്തുവിന്റെ, മുലയുടെ സിംബലാണെന്നു സൂചിപ്പിക്കുകയത്രേ ഇവിടെ ഉദ്ദേശിക്കുന്നത്. കവിതയിലും ലോകത്തിലും ഇതു രണ്ടാണെങ്കിലും അബോധമനസ്സിൽ ഒന്നുതന്നെയാണ്. 'ഏകം സദ് വിപ്രാ ബഹുധാവദന്തി.'

2. 'തന്മകനമൃതേകാൻ താഴോട്ടു നിപതിച്ച പൊൻപഴം മുറ്റത്താർക്കും വേണ്ടാതെ കിടക്കവേ' എന്ന വരികൾ അമ്മയുടെ മാറിടത്തിൽ അനാഥമായി, ശൂന്യമായി കിടക്കുന്ന മുലകളെയാണോർമ്മിപ്പിക്കുന്നത്.

"ഉണ്ണിക്കൈക്കെടുത്തുവാ-
നുണ്ണിവായ്ക്കുണ്ണാൻ വേണ്ടി
വന്നതാണീ മാമ്പഴം
വാസ്തവമറിയാതെ
നീരസം ഭാവിച്ചു നീ
പോയിതെങ്കിലും കുഞ്ഞേ,
നീയിതു നുകർന്നാലേ-
യമ്മയ്ക്കു സുഖമാവൂ!"

എന്നിങ്ങനെ, പിന്നീട് ഈ ആശയം ഏറ്റവും സ്പഷ്ടമായിത്തീരുന്നു. ഉണ്ണിവായ്ക്കുണ്ണാൻ വേണ്ടി വരുന്ന ഒരേയൊരു പഴം അമ്മയുടെ തടിയിൽ കായ്ക്കുന്നതാണല്ലോ.

3. അമ്മയുടെ മാറിടത്തിന്റെ ഇളംചൂടിൽനിന്നും സുരക്ഷിതത്വത്തിൽ നിന്നും വിട്ടുപോരാൻ കൂട്ടാക്കാത്ത മീശ, മുളച്ചാലും മനസ്സിനു മുലകുടി മാറാത്ത, നമ്മെ രഹസ്യമായി സമാശ്വസിപ്പിക്കുന്ന ഈ കാവ്യത്തിൽ പ്രാഥമിക നാർസിസിസവും (ആത്മരതി) മാതൃരതിയും (ഈഡിപ്പസ് കോംപ്ളക്സ്) സമ്മേളിക്കുന്നു.

നിരൂപണത്തിന്റെ ഈ 'നിർദ്ദയത്വ'ത്തെയാണ് കവി വെല്ലുവിളിക്കുന്നത്:

> നിങ്ങൾതൻ പ്രബുദ്ധാനു-
> ഭൂതികളെക്കാൾ നിദ്ര-
> യിങ്കൽ ഞാൻ കാണും കാവ്യ-
> സ്വപ്നങ്ങളത്യുർഘങ്ങൾ.

'സമസ്തം വൈകിച്ചെയ്യുന്ന' നിരൂപകൻ, പന്ത്രണ്ടു വർഷത്തിനു ശേഷം 'കുട്ടിത്തേവാങ്കി'നെ തിരിഞ്ഞുനോക്കുന്നു. ഒഴിച്ചുകൂടാനാവാത്തതുകൊണ്ട് ദീർഘമായിത്തന്നെ എടുത്തെഴുതട്ടെ: "സ്വന്തം കാവ്യഭാവനയെ വർണ്ണിക്കുവാൻ കവികൾ, രാപ്പാടിയുടെയും കാറ്റിന്റെയും ഓടക്കുഴലിന്റെയും കുയിലിന്റെയും മേഘത്തിന്റെയും സിംബലുകൾ ഉദാരമായി സ്വീകരിച്ചുകണ്ടിട്ടുണ്ട്. 'വിനീത'നായ വൈലോപ്പിള്ളിയാകട്ടെ തന്നിൽ കണ്ടെത്തിയത് കുയിലിനെയല്ല, കുട്ടിത്തേവാങ്കിനെയാണ്. അസാമാന്യനായ കവിയുടെ ക്രൂരമായ സത്യസന്ധത മാത്രമല്ല, അദ്ഭുതകരമായ വാസനാവൈഭവവും ഞാൻ ഈ സാദൃശ്യത്തിൽ കാണുന്നു. തലകീഴായിക്കിടക്കുകയും തലകീഴായി നടക്കുകയും ലോകത്തിന്റെ നേരെ പിൻപുറം തിരിഞ്ഞിരിക്കുകയും ചെയ്യുന്ന ഈ എതിർപ്പുകാരൻ, ലോകത്തോടു കവിക്കുള്ള ഏനൽപ്രതിഷേധം (ഫ്രോയ്ഡ്) പൂർണ്ണമായും ആവിഷ്കരിക്കുന്നു:

> "ഞാനൊരു കുട്ടിത്തേവാ-
> ങ്കെന്റെമേൽപതിക്കൊല്ലെ
> ഭാനുമൽക്കരങ്ങളും
> നിങ്ങടെ നോട്ടങ്ങളും"

(ഈ വരികൾക്ക് കുറിപ്പായി, എബ്രഹാമിന്റെ വിശകലനം ഉദ്ധരിക്കുന്നു: The sensitiveness of the person with an anal character to external encroachments of every kind on the actual or supposed field power is well known)

തന്റെ സ്വപ്നം തന്റെ ഉള്ളിൽ താൻ സൂക്ഷിച്ചുട്ടുള്ളതെന്നു തേവാങ്കിനറിയാം. നിന്ദാസ്തുതികൾ അവനെ ഉലയ്ക്കുകയില്ല. ഇരുളാണു സ്വപ്നമെന്നും ഉറക്കമാണു വെളിച്ചമെന്നും അവൻ ഉറപ്പിച്ചിരിക്കുന്നു.

> "നിങ്ങൾതൻ പ്രബുദ്ധാനു-
> ഭൂതികളേക്കാൾ നിദ്ര-
> യിങ്കൽ ഞാൻ കാണും കാവ്യ-
> സ്വപ്നങ്ങളത്യുർഘങ്ങൾ"

വിനീതമായ ഈ ധിക്കാരം തന്നെയാണു ഉദാത്തഭാഷയിൽ 'ഓണപ്പാട്ടുകാരി'ലും ഉള്ളത്.

"അവകൾ കിനാവുകളെന്നാം ശാസ്ത്രം
കളവുകളെന്നാം ലോകചരിത്രം
അവയിലുമേറെ യഥാർത്ഥം ഞങ്ങടെ
ഹൃദയനിമന്ത്രിത സുന്ദരസത്യം"

ഏകാകിയായി, നിദ്രാലുവായി, വെളിച്ചത്തിന്റെ മറുപുറം കാണുന്നവനായി, അക്ഷോഭ്യനും അതേസമയം ശുണ്ഠിക്കാരനുമായി തപസ്സിരിക്കുന്ന തേവാങ്ക് ജീവിലോകത്തിലെ ഏനൽ ഹീറോ തന്നെയാകുന്നു. ഇവൻ തന്നെയാണ് സ്ഥവിരനും കർക്കശനും മാനിയും ആയ *കുടിയൊഴിക്കലി*ലെ നായകൻ."[16]

കവിയും വിടുന്നില്ല. തന്റെ കവിതകളിൽ 'കൊള്ളേണ്ടതെല്ലാം കൊണ്ട്' സമാഹരിച്ച *വൈലോപ്പിള്ളിക്കവിതകൾ* അടിക്കുറിപ്പുകളെക്കൊണ്ട് അടിവരയിട്ടപ്പോൾ 'കുട്ടിത്തേവാങ്കി'ന് ഇങ്ങനെ ചേർത്തു: "ശ്രീ. എം.എൻ. വിജയൻ ('സഹ്യന്റെ മകൻ' എന്ന നിരൂപണപ്രബന്ധം) ഈ ജീവിയിൽ കവിയുടെ ചരിത്രവും തത്ത്വശാസ്ത്രവും കാണുന്നു. ഇതു ശരിയാകണമെന്നില്ല. കവിതയിലൂടെ കുട്ടിത്തേവാങ്ക് അതിന്റെ നിലപാടു വ്യക്തമാക്കുന്നു എന്നു മാത്രം. കവിയുടെ മാനസികഘടനയിൽ-പലർക്കുമുള്ളതുപോലെ-ഇന്നത്തെ തിരക്കിൽ ഇത്തിരി സ്വൈരവിശ്രമം കൊതിക്കുന്ന തേവാങ്കിന്റെ അംശമുണ്ട് എന്നു സമ്മതിക്കാം."[17]

ഭാവനയെയും ആലോചനയെയും അന്വേഷണത്തെയും (അബോധത്തിൽപ്പോലും) പേടിക്കുന്നവർക്കുള്ള ഒറ്റമൂലി, ഫലിതമൊമ്പൊടിയോടെ 'മാമ്പഴം' നിരൂപണം അവസാനിക്കുന്ന ഖണ്ഡികയുടെ തുടക്കത്തിൽ ത്തന്നെ ഉണ്ടായിരുന്നു.

"മാമ്പഴ'ത്തിന്റെ കഥ നടന്നതല്ലെന്നും അതൊരു മുലകുടിമാറലിന്റെ പദ്യചരിത്രമാണെന്നും ഇപ്പറയുന്നതിനർത്ഥമില്ല. അതിലെ കഥയും കവിതയും നമ്മുടെ വിശകലനത്തിനുശേഷം അതേപടിയിരിക്കും."[18]

എന്തൊരു കഥാർസിസ്!

പ്രതിരോധം

'മാമ്പഴ'ത്തിനു പിന്നിലെ സ്വാനുഭവങ്ങൾ വൈലോപ്പിള്ളി ആത്മകഥയിൽ വിസ്തരിക്കുന്നുണ്ട്. "മരിച്ചുപോയ കൃഷ്ണൻകുട്ടി എന്ന കൊച്ചനുജന്റെ കഥ. പനിപിടിച്ചും അപസ്മാരമിളകിയുമാണ് മരണം സംഭവിച്ചത്. കുട്ടി മരിച്ചതിനുശേഷം ആദ്യത്തെ മാമ്പഴം വീണത് അമ്മ കോലായിൽ നോക്കിയിരിക്കുന്നത്..... അത്രയും യാഥാർത്ഥ്യത്തിൽ അടിയുറച്ച വരികളാണ്."[19] 'പിണങ്ങിപ്പോയീടിലും....." എന്ന വരികളും സ്വാനുഭവം തന്നെയെന്നു കവി സാമ്യപ്പെടുത്തുന്നു.

ഈ സ്വാനുഭവങ്ങൾ അന്യന്റേതെന്ന് എം.കെ.മേനോൻ (വിലാസിനി) 1970-ൽ *മംഗളോദയം* മാസികയിൽ എഴുതി. ലിവിംഗ്സ്റ്റൺ ലാർനെഡ് എന്ന ആംഗ്ലേയ കവി എഴുതിയ 'അച്ഛൻ മറക്കുന്നു' (Father forgets) എന്ന കൃതിയുടെ അനുകരണമെന്നായിരുന്നു വാദം. മാത്രമല്ല,

'മാമ്പഴ'ത്തിന് ടാഗോറിന്റെ *ശശികല* (The crescent moon) എന്ന കവിതാസമാഹാരത്തോടു കടപ്പാടുണ്ടെന്നു എഴുതിയിരുന്നു. *ഉതിർമണികൾ* എന്ന ലേഖനസമാഹാരത്തിൽ എം.കെ. മേനോൻ 'മാമ്പഴം-സ്വന്തമോ കട്ടതോ?' എന്നു വീണ്ടുമെഴുതി.

മോഷണാരോപണത്തോടാണല്ലോ പൊതുവേ എഴുത്തുകാർ പല്ലിറുമ്മാറുള്ളത്. വൈലോപ്പിള്ളി പക്ഷേ മൃദുവായി ചിരിച്ചതേയുള്ളു. "നിങ്ങളുടെ സ്വന്തം കുപ്പായം നിങ്ങൾ കട്ടെടുത്തതാണ് എന്നാരോ പറഞ്ഞാൽ നിങ്ങൾക്കുണ്ടാവുന്ന വികാരം ഇല്ലേ, അതുമാത്രമേ പൊതുവേ എനിക്കും ഉണ്ടായുള്ളൂ."[20]

'മാമ്പഴം' നിരൂപണം പക്ഷേ, അങ്ങനെയായിരുന്നില്ല. കവി മനസ്സിൽ അത് ചാരം പൊതിഞ്ഞ കനൽപോലെയായി. കാറ്റുപിടിക്കുമ്പോഴെല്ലാം അതു പഴുത്തു. നിരൂപകന് അതനുഭവമാണ്:

"ഒരിക്കൽ ഒരു ലോഡ്ജിൽ ഒത്തുകൂടിയപ്പോഴാണ്. വലിയ ചില സാഹിത്യകാരന്മാർ കൂടെയുണ്ട്. എന്നെ നിരന്തരമായി ശകാരിക്കുകയാണ്. എന്നുവെച്ചാൽ, മനശ്ശാസ്ത്രസിദ്ധാന്തങ്ങളെ ആക്രമിക്കുകയാണ്. ശകാരം തീരുന്നില്ല. വേറെ എങ്ങോട്ടും പോകാൻ കഴിയില്ല. "മാവിൻ ചുനമണക്കും മേടത്തിന്റെ മടിയിൽ പിറന്ന ഞാൻ എന്നു പറഞ്ഞാൽ എന്താണർത്ഥം?" ഞാൻ ചോദിച്ചു. പിന്നെ ഒന്നും മിണ്ടിയില്ല. ലൈറ്റ് അണച്ച് കിടന്നുറങ്ങി."[21]

"ചിലപ്പോൾ കവിയായിരിക്കില്ലേ ശരി, അവൾ കൊഞ്ചുന്ന വിഡ്ഢിത്തം കേൾക്കാൻ ശാസ്ത്രജ്ഞർ കാതുകൂർപ്പിക്കുന്നു എന്നല്ലേ?" തറുതല ചോദിച്ചു.

"എനിക്കു രോഗമില്ലെന്നു ഒരു രോഗി പറഞ്ഞാൽ അതിനൊരു സാധുതയുമില്ല. അത് ഒരു തരത്തിലുള്ള സാക്ഷ്യവും ആകുന്നില്ല. ഡോക്ടറാണതു പറയേണ്ടത്. ഒരാളെന്തെഴുതി എന്നതാണ് നിരൂപണത്തിന്റെ വിഷയം. ഒരാൾ എന്താണ് ഉദ്ദേശിച്ചത് എന്നതിന് ഒരു സാക്ഷി മാത്രമേയുള്ളൂ. രേഖയാണു സാക്ഷി."[22]

സത്യസാരം

എവിടെയാണ് 'മാമ്പഴം' കവിതയും നിരൂപണവും തമ്മിൽ വഴിപിരിഞ്ഞത്? കവിതയുടെ അർത്ഥം സമുദായത്തിൽ അന്വേഷിച്ചപ്പോഴുണ്ടായ സ്ഥലജലവിഭ്രമമോ? വാക്കും മനസ്സും തമ്മിലുള്ള മായാജാലമോ?

കലയും നിരൂപണവും രണ്ടു 'ലോകങ്ങളിൽ' നടക്കുന്ന സംഗതിയാണെന്ന നിശിതമായ ബോധ്യത്തിൽ, വാൾട്ടർ ബെൻയാമിൻ, തന്റെ 'പതിമ്മൂന്ന്' തിസീസ് പരമ്പരയിൽ, 'നിരൂപകന്റെ സങ്കേത'ത്തെക്കുറിച്ച്, പതിനൊന്നാമതായി ഇങ്ങനെ എഴുതി: "കലാപരമായ ആവേശം നിരൂപകന് അന്യമാണ്. നിരൂപകന്റെ കയ്യിൽ കലാസൃഷ്ടി മനസ്സിന്റെ യുദ്ധക്കളത്തിലെ തിളങ്ങുന്ന വാളാണ്."[23]

'മനസ്സിന്റെ യുദ്ധക്കളത്തിലെ തിളങ്ങുന്ന വാളാണ്' 'മാമ്പഴം' നിരൂപണത്തിൽ നാം കണ്ടത്. വൈലോപ്പിള്ളിയുടെ ഭാഷയിൽ 'പ്രബുദ്ധാനുഭൂതികൾ.'

കലാസൃഷ്ടിയെയും നിരൂപണത്തെയും കുറിച്ച് എം.എൻ.വിജയന് തെറ്റിദ്ധാരണകൾ ഉണ്ടായിരുന്നില്ല. മഹാപണ്ഡിതനായ കൈക്കുളങ്ങര രാമവാരിയർ, "നിങ്ങൾ കവിതയെഴുതിക്കോളൂ, അർത്ഥം ഞാൻ പറഞ്ഞു തരാം," എന്നാരോടോ പറഞ്ഞത് മാഷ് ഒന്നിലേറെത്തവണ പറഞ്ഞത്, ഞാൻ എന്റെ രണ്ടു ചെവികൊണ്ടും കേട്ടിട്ടുണ്ട്."

'കുട്ടിത്തേവാങ്കി'ലെ അന്ത്യചരണത്തെക്കുറിച്ചും നിരൂപകന് സംശയമേതുമുണ്ടായിരുന്നില്ല. *ശീർഷാസനം* എന്ന പുസ്തകത്തെ അലങ്കരിക്കുന്ന തൊടുകുറി ആ വരികൾ തന്നെയായിരുന്നു:

നിങ്ങൾതൻ പ്രബുദ്ധാനു-
ഭൂതികളെക്കാൾ നിദ്ര-
യിങ്കൽ ഞാൻ കാണും കാവ്യ-
സ്വപ്നങ്ങളത്യർഘങ്ങൾ[24]

ശാഖാചംക്രമണം

ജീവിതസായാഹ്നത്തിലാണ് സിഗ്മണ്ട് ഫ്രോയ്ഡ് *മോശയും ഏകദൈവവിശ്വാസവും*[25] എന്ന കൃതി എഴുതുന്നത്. 1937-ൽ ഒന്നും രണ്ടും ഭാഗങ്ങൾ പ്രസിദ്ധീകരിച്ചു. 1938-ൽ, മരണത്തിന് ഒരു വർഷം മുമ്പാണ് മൂന്നാം ഭാഗം പൂർത്തീകരിക്കുന്നത്. ജൂതനായി ജനിച്ച, 'എന്തുകണ്ടാലും വിസ്മയിക്കാത്ത' ഡോ.ഫ്രോയ്ഡ്, മോശയെയും തന്റെ മനശ്ശാസ്ത്ര സിദ്ധാന്തങ്ങളുടെ വെളിച്ചത്തിൽ പരിശോധിച്ചു. ജൂതരുടെ വിമോചകനും പ്രവാചകനും നിയമദാതാവുമായ മോശ ജൂതനായിരുന്നില്ലെന്നും ഈജിപ്തുകാരനായ ഒരു ധനാഢ്യനായിരിക്കാമെന്നും ഫ്രോയ്ഡ് നിരീക്ഷിച്ചു. മോശയെ തന്റെ അനുയായികൾ തന്നെ കൊന്നു; കാരണം അദ്ദേഹത്തിന്റെ അപ്രമാദിത്വവും മറ്റുള്ളവരെ കൊച്ചാക്കുന്ന സ്വഭാവവും അവർക്ക് സഹിക്കാവുതിനപ്പുറമായിരുന്നു. കാലക്രമത്തിൽ, 'ദൈവത്തെ' അഥവാ 'അച്ഛനെ' കൊന്നതിൽ അവർ പശ്ചാത്തപിച്ചു; ആരാധിച്ചു. ഇങ്ങനെയാണ് ഫ്രോയ്ഡിന്റെ അനുപമമായ 'സംഭാഷണഗദ്യ'ത്തിന്റെ കാതൽ.

തനിക്ക് സ്വസ്ഥമായി, ധൈര്യമായി എഴുതാവുന്ന ഇംഗ്ലണ്ടിൽ വച്ച്, താൻ സ്വയം നാടുകടത്തിയ ഇംഗ്ലണ്ടിൽ വെച്ച്, ഫ്രോയ്ഡ് അർണോൾഡ് സ്വെയ്ഗിനെഴുതി:

"*മോശ*യുടെ മൂന്നാംഭാഗം എഴുതുന്നതിൽ മുഴുകിയിരിക്കുകയാണു ഞാൻ. അരമണിക്കൂർ മുമ്പ് തപാലിൽ എനിക്കൊരു കത്തുവന്നു. ഒരു അമേരിക്കൻ ജൂതയുവാവിന്റെ കത്ത്. നമ്മുടെ പാവപ്പെട്ട, ഗതികിട്ടാത്ത ജനതയ്ക്ക് അവരുടെ എല്ലാ കഷ്ടപ്പാടിലും ഒരേയൊരു അത്താണിയായ മഹാപുരുഷനെ അവരിൽ നിന്ന് അകറ്റുന്നതിൽ നിന്ന് ഒഴിഞ്ഞു

നിൽക്കണേ എന്നായിരുന്നു അപേക്ഷ. സ്നേഹത്തോടെ, നല്ല മനസ്സോടെയുള്ള കത്ത്. പക്ഷേ, എന്തൊരു അതിശയോക്തി! എന്റെ ഉണക്കപ്രബന്ധത്തിന് പാരമ്പര്യത്താലും കുട്ടിക്കാലം തൊട്ടേയുള്ള മതാനുശീലനത്താലും വളർന്ന ഒരു വ്യക്തിയുടെ വിശ്വാസത്തിന്റെ അടിത്തറയിളക്കാനാവുമെന്നു കരുതാമോ?"[26]

സഹ്യന്റെ മക്കൾ

അറുപതുകളുടെ അന്ത്യപാദം തൊട്ട് തലശ്ശേരിയിലെ എം.എൻ.വിജയന്റെ വീടായ *കരുണ*യിൽ കോഴിക്കോടു നിന്നുള്ള ഒരു സന്ദർശകൻ പതിവായിരുന്നു. 'കേരളേശ്വരൻ' എന്നു താൻ വിശേഷിപ്പിച്ച ഉറ്റസുഹൃത്തിനെ കാണാനെത്തുന്ന മഹാപണ്ഡിതനായ ജി.എൻ.പിള്ള. വെള്ളിയാഴ്ച വൈകിട്ടു വന്നാൽ തിങ്കളാഴ്ച്ച പുലർച്ചയേ പോകൂ. ആ സന്ദർശനങ്ങളുടെ പ്രചോദനമെന്തായിരുന്നുവെന്ന് മറ്റെവിടെയും തിരക്കേണ്ട കാര്യമില്ല. "സുഹൃത്തിന്റെ പ്രഭാഷണമല്ല, ഭാഷണമാണ് എനിക്ക് എന്നും ഹൃദ്യം"[27]

*മാതൃഭൂമി ആഴ്ചപ്പതിപ്പി*ലായിരുന്നു ജി.എൻ.പിള്ള. 'ഇംപോസിബിൾ റൈറ്ററെ'ക്കൊണ്ട് എഴുതിക്കാനും മനസ്സിൽ കണ്ടുകാണും. *സാഹിത്യ പരിഷത്ത് മാസിക*യിലെ ലേഖനങ്ങൾ തൊട്ടേ വിജയനെ ശ്രദ്ധിച്ചതാണ്:[28] "മനോഹരമായ ശൈലി, പുതിയ രീതിയിലുള്ള ആവിഷ്കരണം. ആകെക്കൂടി ചിന്തയിൽ മാറ്റം.'' പിന്നീട് പരിചയപ്പെട്ടപ്പോഴോ? "അന്നത്തെ ദിവസം തന്നെ എനിക്കു മനസ്സിലായി, വിജയനിൽ എന്തോ ഒരസാധാരണത്വം കുടികൊള്ളുന്നു എന്ന്. ഏതു ചോദ്യത്തിനും തനതായ രീതിയിലായിരിക്കും മറുപടി. സാമാന്യചിന്താഗതിയെ നേരെ പിടിച്ചു മാറ്റിവിടുന്ന സമ്പ്രദായം. എനിക്കേറ്റവും ഇഷ്ടപ്പെട്ടത് വിജയന്റെ നർമ്മമായിരുന്നു. മൗനത്തിൽ അലിഞ്ഞുചേർന്ന നർമ്മം."[29]

അറുപതുകളുടെ പകുതിതൊട്ട് അപ്പപ്പോഴായി എം.എൻ.വിജയൻ എഴുതിവന്നിരുന്ന 'സഹ്യന്റെ മകൻ' നിരൂപണം അപ്പപ്പോൾ വായിച്ചിരുന്ന പുസ്തകങ്ങളുടെ ഇടയിൽ നിന്ന് ശേഖരിച്ചിരുന്നത് ജി.എൻ.പിള്ളയാണ്. എഴുപതു പിറന്നപ്പോഴേക്കും സന്ദർശകനു ക്ഷമകെട്ടു.

പ്രാചീനവും അർവാചീനവും ശാസ്ത്രീയവും മനശ്ശാസ്ത്രപരവുമായ അറിവുകൾ ഒരു കായത്തിലൂടെയെന്നപോലെ പ്രവേശിച്ച് തീ ചിതറിക്കൊണ്ട് 'സഹ്യന്റെ മകൻ' ഇങ്ങനെ അവസാനിക്കാറായി:

"*വിക്രമോർവ്വശീയ*ത്തിലെ ഉന്മത്തഗജത്തെ അനുസ്മരിപ്പിക്കുന്നതും വൈലോപ്പിള്ളിക്കവിതയുടെ നെറ്റിപ്പട്ടമെന്നു വിശേഷിപ്പിക്കാവുന്നതും ആയ 'സഹ്യന്റെ മകൻ', സഹ്യന്റെ മറ്റൊരു മകനായ വൈലോപ്പിള്ളി തന്നെയാണെന്ന് മുമ്പു പ്രസ്താവിച്ചിട്ടുണ്ട്. അമ്പലമുറ്റത്ത് പുരുഷാരത്തിനുമുന്നിൽ എഴുന്നള്ളിച്ചു നിർത്തിയിരിക്കുന്ന ഇവൻ കാലപ്രവാഹത്തിൽ ചവിട്ടിയരക്കപ്പെട്ട 'പ്രോബോസീഡിയ' വംശത്തിൽ ഇന്നവശേഷിച്ചിട്ടുള്ള, ക്ഷമാമൂർത്തിയായ ഏകമൃഗമാകുന്നു."[30]

'സഹ്യന്റെ മകൻ' വായിച്ചുകഴിഞ്ഞപ്പോൾ, വൈലോപ്പിള്ളിയിൽ എം.എൻ.വിജയൻ കണ്ടെത്തിയ സ്ഥവിരനെയും കർക്കശനെയും ജി.എൻ. പിള്ള എം.എൻ. വിജയനിലും കണ്ടു.

"ഒരിക്കൽ ഒരു വിദ്യാഭ്യാസകേന്ദ്രത്തിൽ വെച്ച് സാഹിത്യത്തെക്കുറിച്ചു ചെയ്ത ഒരു പ്രസംഗത്തിൽ, സന്ദർഭവശാൽ ഒരു പ്രൊഫസർ സംശയം ഉന്നയിക്കുകയുണ്ടായി. ഡാവിഞ്ചിയെക്കുറിച്ചായിരുന്നു ആ സംശയം. പക്ഷേ, അപ്രതീക്ഷിതമായിരുന്നു അതിന്റെ പ്രത്യാഘാതം. അതുകേട്ടവർ നടുങ്ങിപ്പോയി. അതുകഴിഞ്ഞ് മഹാരാജാസിൽ ചെന്നു പ്രസംഗിച്ചപ്പോഴും ആവർത്തിച്ചു ആ ക്ഷോഭം. ഒടുവിൽ ഒരഞ്ചുകൊല്ലം കഴിഞ്ഞ് 'സഹ്യന്റെ മകനെ'ക്കുറിച്ചുള്ള പഠനമെഴുതി *മാതൃഭൂമി*യിൽ പ്രസിദ്ധീകരിച്ചപ്പോഴും ഒട്ടും കെട്ടടങ്ങാതെ പഴയ മട്ടിൽത്തന്നെ കത്തിജ്വലിച്ചുനിന്നിരുന്നു ആ ക്രോധം. എത്ര ചെറിയ കാര്യം? എന്തൊരു പ്രതികരണം? ഒരിക്കൽ, യാദൃച്ഛികമായി ഉള്ളിലേക്കു കയറിപ്പോകുന്ന ഒരു ധാരണ ഒരിക്കലും തിരിച്ചിറങ്ങിപ്പോകുന്നില്ല എന്ന തോന്നിപ്പോകുന്നു."[31]

'സംസ്കൃതചിത്തനായ' ജി.എൻ.പിള്ള ആ ചോദ്യമോ പ്രത്യാഖ്യാനമോ എന്തായിരുന്നുവെന്ന് പറയുന്നില്ല. അതിലും രസം അങ്ങനെയൊരു മറുചോദ്യം ചോദിച്ചില്ലെന്ന് നിരൂപകൻ ഓർത്തെടുക്കുന്നിടത്താണ്: "1910-കാലത്ത് പ്രസിദ്ധം ചെയ്തതും പിന്നീട് കലാനിരൂപണത്തിലെ ക്ലാസ്സിക്കായിത്തീർന്നതുമായ *ലിയൊനാർഡോ* പഠനത്തിൽ ഓറൽ അനുഭൂതികൾ ആ കലാകാരനെ എങ്ങനെ രൂപപ്പെടുത്തി എന്നു ഫ്രോയ്ഡ് തെളിയിച്ചിട്ടുണ്ട്. ഇതൊരു ഭോഷ്കാണെന്നും വായ്ക്കെന്തു ലൈംഗികത്വമാണുള്ളത് എന്നും വാദിച്ച ഒരു സർവ്വകലാശാലാ പ്രൊഫസറോട് "നിങ്ങൾ ഭാര്യയെ ചുംബിച്ചിട്ടുണ്ടോ," എന്നു ചോദിച്ചുപോകാതിരിക്കുവാൻ നന്നേ പണിപ്പെടേണ്ടിവന്നു."[32]

പൊട്ടും പൊടിയും

'സഹ്യന്റെ മകനെ'ക്കുറിച്ച് ഒരിക്കൽ സംസാരിക്കവെ, മാഷ് പറഞ്ഞു[33] 'ഉപമ കാളിദാസസ്യ' എന്ന് വേണ്ടിയും വേണ്ടാതെയും പറയുന്നവരൊന്നും കാളിദാസനെ നേരാംവണ്ണം വായിച്ചവരല്ല. 'സഹ്യന്റെ മക'നിലെ തുടക്കത്തിലെ കല്പനയില്ലേ,

"ഉത്സവം നടക്കയാ-
ണമ്പലമുറ്റത്തുയ-
ർന്നുജ്ജ്വലദ്ദീവെട്ടിക-
ളിളക്കും വെളിച്ചത്തിൽ
പതയും നെറ്റിപ്പട്ട-
പ്പൊന്നരുവികളോലും
പതിനഞ്ചാനക്കരി-
മ്പാറകളുടെ മുന്നിൽ"

"കാളിദാസനെ വെല്ലുന്ന കല്പനയാണിത്," മാഷ് തുടർന്നു, "റെംബ്രാന്റിന്റെ നിറങ്ങൾ ഇളകുന്നതുപോലെ."

മറ്റൊരിക്കൽ 'കണ്ണീർപ്പാട'ത്തിൽ തെളിഞ്ഞുകിട്ടാത്ത ഒരു സംശയം ചോദിച്ചു.

നാസ്തികനല്ലേ താങ്കൾ?
നാലല്ലേ തവവേദം
ക്ഷേത്രദർശകം, ജ്യോത്സ്യം
ഹിന്ദിയു,മുറക്കവും.

"ഇതിലെ 'ഹിന്ദി' എന്താണു മാഷേ?"

"വേറെ പണിയൊന്നുമില്ലാത്തവരോട്, അന്ന്, ഹിന്ദി പഠിക്കാൻ പോയിക്കൂടേ എന്നു ചോദിക്കാറുണ്ടായിരുന്നു."[34] മാഷ് പറഞ്ഞു.

"*കന്നിക്കൊയ്ത്തി*ന്റെ ആദ്യപതിപ്പിന് കവർ വരച്ചത് വൈലോപ്പിള്ളി തന്നെയാണ്. നല്ലൊരു ചിത്രകാരനാണ് താനെന്ന് കവി വിചാരിച്ചിരുന്നു (പൊട്ടിച്ചിരി). ഞാറുനടുന്നത്, കളപറിക്കുന്നത്, വളമിടുന്നത്, കതിർവയ്ക്കുന്നത്, കറ്റകൊയ്യുന്നത് ഇങ്ങനെ ചിത്രപരമ്പരയായിരുന്നു. (പൊട്ടിച്ചിരി) എന്നാലല്ലേ 'കന്നിക്കൊയ്ത്ത്' പൂർണ്ണമാവൂ!"[35]

"മാമ്പഴ'ത്തിൽ തെറ്റുകളുണ്ടെന്ന് ഒരു സ്വകാര്യസംഭാഷണത്തിൽ പി.വി കൃഷ്ണൻനായർ (മഹാരാജാസ് കോളേജിലെ അധ്യാപകൻ, മഹാപണ്ഡിതൻ) പറഞ്ഞത് എങ്ങനെയോ കവിയുടെ ചെവിയിലെത്തി. കവി നിന്നുതിളച്ചു. ഒരു ടാക്സി പിടിച്ച് മഹാരാജാസ് കോളേജിൽ വന്നിറങ്ങി.

"എന്റെ കവിതയിൽ എന്താണ് തെറ്റ്?" കവി ചോദിച്ചു.

"താഴോട്ടു നിപതിച്ച'- താഴോട്ടല്ലാതെ മേലോട്ടു നിപതിക്കുമോ?" സാർ പറഞ്ഞു. കവി ചൂടായി. പരുക്കനായ കൃഷ്ണൻ നായർ അതിലുമേറെ ചൂടായി "മിസ്റ്റർ ശ്രീധരമേനോൻ, നിങ്ങൾ ധരിച്ചിരിക്കുന്നത് നിങ്ങളുടെ കവിതയിൽ ഈയൊരു തെറ്റുമാത്രമേ ഉള്ളൂ എന്നാണോ. തെറ്റുകളുടെ കൂമ്പാരമാണ് നിങ്ങളുടെ കവിത."

കവി തലകുനിച്ച് കടന്നുപോകുമ്പോൾ കൃഷ്ണൻ നായർ സാർ പറഞ്ഞു," എത്ര വലിയ കവിയാണ് ആ പോകുന്നത്!"[36]

ഹാ, വിജിഗീഷു...

1985 ഡിസംബർ 22-ന് കവി യാത്രയായി. നിളാതീരത്ത് കവിയെ സംസ്കരിക്കുന്നതിനെച്ചൊല്ലി ചില തർക്കങ്ങളും മറ്റും ഉണ്ടായി. അസുഖം കലശലായതിനെത്തുടർന്ന് എം.എൻ.വിജയന് കവിയെ അന്തിമമായി ഒരുനോക്കുകാണാൻ പോകാൻ കഴിഞ്ഞില്ല. ചിലർ കുത്തുവാക്കുകളുമായി രംഗത്തു വന്നു. കവിയെക്കുറിച്ചെഴുതി പേരെടുത്ത നിരൂപകൻ തിരിഞ്ഞുനോക്കിയില്ലെന്നൊക്കെ ഇവരുടെ പ്രസ്താവനകളായി പത്രങ്ങളിൽ വന്നു.

കൊടുക്കാനുള്ള കോഴി

ക്രിസ്റ്റ്മസ്സ് നാളിലോ തലേന്നാളോ *കരുണ*യിൽ പോയപ്പോൾ, മാഷ് ക്ഷീണിച്ചിരിക്കുകയായിരുന്നു. കവിയുടെ മരണവും പത്രറിപ്പോർട്ടുകളും മറ്റും വർത്തമാനത്തിൽ വന്നപ്പോൾ മാഷ് തലകുനിച്ച് കുറേനേരം മിണ്ടാതിരുന്നു. ഗഹനമായ ആ മൗനം ഈ വാക്കുകളിലേയ്ക്ക് ചിതറി:

"ശവം വീണാൽ, കഴുകന്മാരല്ലേ ആദ്യം എത്ത്വാ."

(2010)

കുറിപ്പുകൾ

1.	'കന്നിക്കൊയ്ത്ത്', *ശീർഷാസനം*, അകം സമിതി, തലശ്ശേരി, 1986
2.	സമകാലീന മലയാളം വാരിക, 2007 ആഗസ്റ്റ് 3
3, 24.	*ശീർഷാസനം*
4.	*The importance of Being Earnest,* Random house, London
5, 8, 9, 10, 21, 22.	*സംഭാഷണങ്ങൾ*, കറന്റ് ബുക്സ് തൃശ്ശൂർ, 2001
6, 16, 30, 32.	'സഹ്യന്റെ മകൻ', *ശീർഷാസനം*
7.	സ്വകാര്യസംഭാഷണം, 1986
11.	എം. തോമസ് മാത്യു മുമ്പ് ഈ അനുഭവം എഴുതിയിട്ടുണ്ട്. *മലയാള മനോരമ* ഞായറാഴ്ച (8.05.11)യിലും വായിക്കാം
12, 13.	*കന്നിക്കൊയ്ത്തിന്റെ അവതാരിക, വൈലോപ്പിള്ളി സമ്പൂർണ്ണകൃതികൾ* വാല്യം 2, കറന്റ് ബുക്സ്, തൃശ്ശൂർ, 2002
14, 15, 18	'മാമ്പഴം', *ശീർഷാസനം*
17.	*വൈലോപ്പിള്ളിക്കവിതകൾ*, എസ്.പി.സി.എസ്, കോട്ടയം, 1984
19, 20.	*കാവ്യലോകസ്മരണകൾ*, വൈലോപ്പിള്ളി, നാഷണൽ ബുക്ക് സ്റ്റാൾ, കോട്ടയം, 1988
23.	'Artistic enthusiasm is alien to the critic. In his hand the art-work is the shining sword is the battle of minds.' Walter Benjamin *One-way street and other writings,* NLB, London, 1979
25.	*Moses and Monotherism* The Hogarth press, London, 1940
26.	*Sigmund Freud* His life in pictures and words, Andre Deutsch, London, 1979
27, 28, 29, 31.	*ഓർമ്മയിൽ ഒരു താമര*, ജി.എൻ.പിള്ള, മൾബെറി, കോഴിക്കോട്, 1997
33, 34, 35.	സ്വകാര്യസംഭാഷണം, 1984
36.	ഈ സംഭവം എന്നോട് പറഞ്ഞത് ഓർമ്മയുണ്ട്. ചിലതു മറന്നുപോയി. ജോജി എഴുതിത്തയ്യാറാക്കിയ ആത്മകഥയെ ഉപജീവിച്ചിട്ടുണ്ട്. *എം.എൻ. വിജയൻ സമ്പൂർണ്ണകൃതികൾ*, വാല്യം 10, കറന്റ് ബുക്സ് തൃശ്ശൂർ, 2009

ആശാനും മാഷും

സമുദായത്തിന്റെ-മനുഷ്യസമുദായത്തിന്റെ-അർത്ഥം കവിതയിൽ അന്വേഷിച്ച കുമാരനാശാനും, കവിതയുടെ അർത്ഥം മനുഷ്യസമുദായത്തിൽ അന്വേഷിച്ച എം.എൻ.വിജയനും സത്യത്തിന്റെ കരളിൽത്തന്നെ തൊടുകയായിരുന്നുവെന്ന് നാം മനസ്സിലാക്കുന്നു. ആശാൻ ഗുരുവിനെ കണ്ടെത്തിയതിലും മാഷ് ഗുരു തന്നെയും ആവശ്യമില്ലെന്നു കണ്ടെത്തിയതിലും വിപരീതമനസ്സുകളെ കണ്ടെത്താമെങ്കിലും, അതു സമ്മേളിക്കുന്ന ഒരു ബിന്ദു - തിളക്കുന്ന ബിന്ദു - ശരീരത്തിന്റെയും മനസ്സിന്റെയും പൂർണ്ണമായ സാധ്യതകളെന്താണെന്ന അന്വേഷണത്തിലാണ്. വാസനയേക്കാളും ഇരുവരും കാവ്യശാസ്ത്രാഭ്യാസനത്തിൽ വിശ്വാസമർപ്പിച്ചതായി അറിയാം. "കേട്ടോ, പണിക്കരേ, നാം വാസനകൊണ്ടുമാത്രമാണ് കവിതയെഴുതുന്നതെന്ന് അവർ പറയുന്നു. എത്രകാലം വിളക്കിനുകീഴിലിരുന്ന് കാവ്യശാസ്ത്രങ്ങൾ അഭ്യസിച്ചിരുന്നവരാണ് നാം," എന്ന് ആശാൻ, 'മൂക്കിൻമൂലമണഞ്ഞു രണ്ടു വഴിപോം പോലന്നുപാലംവഴി' എന്ന പറയുന്നവണ്ണം വേർപിരിയാത്ത സുഹൃത്തായ മൂലൂർ എസ്. പത്മനാഭപ്പണിക്കരോടു പറയുന്നുണ്ട്. 'കൊച്ചുതൊമ്മൻ' ഹാസ്യകവിതയല്ലെന്ന് ഒരു യുവനിരൂപകൻ സ്ഥാപിക്കാൻ ശ്രമിക്കുന്നത് ഞാൻ എന്റെ രണ്ടു ചെവികൊണ്ടും കേട്ടിട്ടുണ്ട് എന്ന് നസ്യം പറഞ്ഞ സാക്ഷാൽ കുട്ടികൃഷ്ണമാരാർ "കേൾക്കാൻ ചെവിമാത്രം മതി, മനസ്സിലാക്കാൻ അതുപോരാ," എന്ന് എം.എൻ.വിജയൻ ബോധ്യപ്പെടുത്തിയപ്പോഴും 'വാസന'യെ കവിയുന്ന 'അഭ്യസന'ത്തെയാണ് കൂട്ടുപിടിച്ചത്.

പ്രഭാഷണങ്ങളും ക്ലാസ്സുമുറി പ്രഭാഷണങ്ങളും ഒഴിച്ചുനിർത്തിയാൽ എം.എൻ. വിജയന്റെ ആശാൻ നിരൂപണങ്ങൾ എണ്ണത്തിലും വണ്ണത്തിലും കുറവാണ്. ഒഴിച്ചുനിർത്താതിരുന്നാൽ, മലയാളത്തിൽ ആശാൻ കവിതകളെക്കുറിച്ചുണ്ടായ അസംഖ്യം പഠനങ്ങളിൽ ഏറ്റവും ഉജ്ജ്വലം ഏതെന്ന് സംശയമുണ്ടാവാനുമിടയില്ല.

ആശാൻകവിതയുടെ നിരൂപണത്തിന്റെ അന്തരീക്ഷം, തിരിഞ്ഞുനോക്കുമ്പോൾ കലങ്ങിമറിഞ്ഞതാണ്. ജാതിക്കുശുമ്പ്, പ്രാസയുദ്ധം, പ്രവിശ്യാഭേദം, മൂല്യനിർണ്ണയം, ഖണ്ഡനമണ്ഡനം എന്നിങ്ങനെ,

ആദ്യകാലത്ത് അത് കുറ്റിയിൽത്തന്നെ കറങ്ങി. അതായത്, സ്വന്തം മൂല്യ ബോധത്തെ ആശാനിൽ ഉരച്ചുനോക്കുന്ന രീതി. ആശാൻ തന്നെ പറഞ്ഞതുപോലെ, 'ലോകത്തിൽ സാഹിത്യവിഷയമായി നോക്കിയാൽ മുക്കാലും മൂഢരാണല്ലോ.'

ആശാൻ കവിതയെ സാമ്പ്രദായിക നിരൂപണത്തിന്റെ ചുറ്റുവട്ടങ്ങളിൽ നിന്ന് മോചിപ്പിച്ചുകൊണ്ടാണ്, 'ആശാൻ' എന്ന സരളശീർഷകത്തിലുള്ള ലേഖനം എം.എൻ.വിജയൻ തുടങ്ങുന്നതു തന്നെ. 'പ്രതിപക്ഷ ഭീഷണ'നായ ലേഖകൻ പല ദിശകളിലേക്കും ശരമയച്ച് തന്റെ വഴി സുഗമമാക്കുന്നു. "കുമാരനാശാന്റെ കവിതയെയും ജീവിതത്തെയും കുറിച്ചുള്ള ഈ ലഘുചിന്തകൾ സാമാന്യമായ അർത്ഥത്തിൽ സാഹിത്യനിരൂപണമല്ല; തീർച്ചയായും ഇതൊരു മൂല്യനിർണ്ണയവുമല്ല. ശാസ്ത്രത്തിന്റെ റിഡക്ടീവ് മാർഗ്ഗമുപയോഗിച്ച് കുമാരകവിയുടെയും കവിതയുടെയും മൗലികമായ പാറ്റേൺ കണ്ടുപിടിക്കാനുള്ള ഒരന്വേഷണമായേ ഇതിനെ കണക്കാക്കേണ്ടതുള്ളൂ അതുകൊണ്ട് മണ്ഡനഖണ്ഡനങ്ങളിൽ നിന്നും മതഭേദങ്ങളിൽ നിന്നും ആവുന്നത്ര ഒഴിഞ്ഞുനിൽക്കാൻ ഞാൻ ആഗ്രഹിക്കുന്നു."[1]

ആശാന്റെ കവിതയിലെയും വ്യക്തിത്വത്തിലെയും 'ആനൽ ഇറോട്ടിക്' സ്വഭാവഘടന ഇഴപിരിക്കുന്ന ഈ ലേഖനം ഫ്രോയ്ഡിനെ പിൻപറ്റുന്നു. 'ജീവിതത്തിലെ ആദ്യാനുഭവങ്ങൾ, ശൈശവാനുഭൂതികൾ സ്വഭാവഘടനയെ എന്നേക്കുമായി രൂപപ്പെടുത്തുമെന്ന അത്രതന്നെ പ്രസിദ്ധമല്ലാത്ത ഫ്രോയ്ഡിയൻ ആശയം' ആശാനിൽ പ്രക്ഷേപിച്ച്, വസ്തുതാനഷ്ടത്തെക്കുറിച്ച് എം.എൻ.വിജയൻ ആശങ്കപ്പെടുന്നുണ്ട്: "ആശാന്റെ അതിബാല്യത്തിലെ മനശ്ശാസ്ത്രപ്രസക്തമായ സംഭവങ്ങളും ഭാവബന്ധങ്ങളും ഒരു ജീവചരിത്രകാരനും സംഭരിക്കാൻ കഴിഞ്ഞിട്ടില്ല; ശ്രമിച്ചിട്ടുമില്ല എന്നു തോന്നുന്നു. ഈ വിടവ് ഭാവിയിൽ നികന്നുകിട്ടുമെന്നു കരുതുവാൻ യാതൊരു ന്യായവും കാണുന്നില്ല. ക്രിസ്തുവിന്റെ ബാല്യം പോലെ ആശാന്റെ ബാല്യവും ഇനിയും ഇരുണ്ടുകിടക്കുവാനാണ് വഴിയുള്ളത്."[2] 'ആനൽ' ഘട്ടത്തിൽ ഉറഞ്ഞുപോകുന്ന സ്വഭാവങ്ങളിൽ, ഗന്ധം, മുഖ്യതാല്പര്യമായ രതിയായി രൂപാന്തരപ്പെട്ടതെങ്ങനെയെന്ന്, ഗന്ധവും രതിയും എങ്ങനെ രതിയിലേർപ്പെടുന്നുവെന്ന് *ലീല*യിൽ വിശേഷിച്ചും അന്വേഷിക്കുന്നു.

സുഖദമയി! വരുന്നതെങ്ങുനിന്നോ
സഖി,യിത,ചെമ്പകഗന്ധമെന്തു ചിത്രം
മുഖരസമിതു മാറ്റി മിന്നുകല്ലീ?
നിഖില വനാവലി നിദ്രവിട്ടപോലെ.

'ഗന്ധത്തിൽ തീക്ഷ്ണമായ രതിരോഷങ്ങൾ നിബന്ധിക്കുന്ന ഈ ഭാവഘടന 'ആനൽ ഇറോട്ടിക്' സ്വഭാവത്തിന്റെ സവിശേഷതയായി കണ്ട മാഷ് പിന്നീട് ആനൽ ഈഡിപ്പൽ വൃത്തത്തിന്റെ കേന്ദ്രബിന്ദുവിൽ

നിന്നുതെന്നുന്നുണ്ട്. "ആശാൻ ജീവിതത്തിൽ നിന്നു പിന്നോട്ട്, കാവ്യ ഘടനയെ കീഴ്ക്കാംതൂക്കാക്കിത്തീർക്കുകയും, മരണത്തിൽ നിന്നു പിന്നോട്ടുള്ള തിരിഞ്ഞുനോട്ടമാക്കിമാറ്റുകയും ചെയ്യുന്നു... ഇത് ആശാന്റെ വളരെ സവിശേഷമായ 'ആനൽ ഇറോട്ടിക്' സ്വഭാവഘടനയാണെന്ന് വേണമെങ്കിൽ പറയാം, വേണ്ടെങ്കിൽ പറയാതിരിക്കുകയും ചെയ്യാം."[3] മനശ്ശാസ്ത്രത്തെ ചരിത്രം കൊണ്ട് സ്ഫുടം ചെയ്തെടുത്ത പിൽക്കാല എം.എൻ.വിജയനെ ആശാൻ വിശകലനത്തിലും നാം കണ്ടുമുട്ടും: "ആശാൻ ഭാരതീയവും പാശ്ചാത്യവുമായ ഭാവനകളുമായി സംവദിക്കുന്ന ഒരു കാലഘട്ടത്തിലൂടെ കടന്നുപോകുന്നുണ്ട്. ഭാവന എന്നത് സ്വാഭാവികമല്ലാത്തതിനാൽ ഭാരതീയവും പാശ്ചാത്യവുമായ ഭാവനകൾ തമ്മിൽ വലിയ അന്തരമുണ്ട്. അറബിക്, ലാറ്റിനമേരിക്കൻ ഭാവനകൾ തമ്മിൽ വ്യത്യാസമുണ്ട്. ഭാവനയും അതിന്റെ ഫലമായുണ്ടാകുന്ന കാവ്യകല്പനകളും ഭാഷാപ്രയോഗങ്ങളും എങ്ങനെ സംയോജിപ്പിക്കാമെന്നത് വലിയ ഒരു കാവ്യപ്രശ്നമാണ്... ആശാന്റെ ഭാഷ ശരിയല്ലെന്ന് പണ്ടുള്ള ആളുകൾ ശരിയായ അർത്ഥത്തിൽ തന്നെ പറഞ്ഞിരുന്നു. അതു ജാതിക്കുശുമ്പാണെന്ന് എനിക്കു തോന്നുന്നില്ല. കാരണം ആശാനേക്കാളും മുമ്പ് കവിതയെഴുതിയ ആശാന്റെ സമുദായത്തിൽപ്പെട്ട ആളുകളുണ്ടായിരുന്നു. അവരെപ്പറ്റിയൊന്നും ഇങ്ങനെ പറഞ്ഞിട്ടില്ല. അവർ പരമ്പരാഗതമായി വലിച്ചുവാരി കവിതയെഴുതിയിരുന്ന ആളുകളാണ്. ആശാന്റെ കവിതകളിൽ സ്വാഭാവികമായും ഒരു മല്പിടുത്തം ഉണ്ട്. കാരണം ആശാന്റെ പാരമ്പര്യം *അദ്ധ്യാത്മരാമായണ*ത്തിന്റെയോ *കൃഷ്ണഗാഥ*യുടെയോ പാരമ്പര്യമല്ല. ആശാന്റെ നിത്യഭക്ഷണം സംസ്കൃതമായിരുന്നു. പിന്നീട് ആശാൻ ഇംഗ്ലീഷ് പഠിക്കുന്നു. അതുകൊണ്ട് ആശാൻ അന്വയങ്ങളിൽ ക്ലേശിക്കുന്നുണ്ട്. ഇംഗ്ലീഷിന്റെ വാക്യഘടനയാൽ സ്വാധീനിക്കപ്പെടുമ്പോൾ ദൂരാന്വയം തുടങ്ങിയ വിഷയങ്ങളൊക്കെ വരും. ഇതു നേരെ ഭാഷയിലേക്കു കൊണ്ടുവരാനും കഴിയില്ല. വിരലുകൊണ്ടു പല്ലു തേച്ചിരുന്ന ഒരാൾ ടൂത്ത് ബ്രഷ് ഉപയോഗിച്ചു തുടങ്ങുമ്പോഴെന്നപോലെ ചില വിഷയങ്ങളൊക്കെയുണ്ടാവും. വിരലാകുമ്പോൾ നമ്മൾ പറഞ്ഞപോലെയൊക്കെ കേൾക്കും. ടൂത്ത് ബ്രഷ് നമ്മൾ പറഞ്ഞ വഴിക്കല്ല, വേറെ വഴിക്കു പോകും. ഇതൊക്കെ പ്രയോഗത്തിലൂടെ പരിഹരിക്കേണ്ടി വരുന്ന അവസ്ഥയുണ്ടാകും. ഈ മാറ്റം എല്ലാറ്റിലും ഉണ്ടാവും. ഘടനയിൽ മാറ്റം ഉണ്ടാവും. അന്നത്തെ കവികളൊക്കെ കഞ്ഞി കുടിച്ചിരുന്നപ്പോൾ ആശാൻ ബ്രഡ്സ്റ്റ് കഴിച്ചിരുന്നു."[4]

ആശാനും മാഷും സന്യാസത്തിൽനിന്ന് മുതിർന്ന ആളുകളാണ്. 'ചിന്നസ്വാമി' ഗൃഹസ്ഥാശ്രമത്തിലേക്കു നീങ്ങിയത്, ആശാന്റെ ജീവചരിത്രത്തിലെ മാത്രമല്ല, മലയാള കാവ്യചരിത്രത്തിലും സുപ്രധാനമായ ഒരു സംഭവമാണ്. അതിനുപിന്നിലെ ഭാവദാർഢ്യവും ആത്മബലവും മാഷ് എടുത്തെഴുതുന്നുണ്ട്:

"തന്റെ ആന്തരലോകത്തെ കർക്കശമായി നിയന്ത്രിക്കുകയും അതിൽ മറ്റാരും കൈകടത്താൻ അനുവദിക്കാതിരിക്കുകയും ചെയ്യുന്ന ആത്മ പീഡാകരമായ ഭാവദാർഢ്യം കുമാരനാശാനുണ്ടായിരുന്നു. തന്റെ ഗുരുവിനെ (പിതൃപ്രതീകത്തെ) പോലും ആശാൻ അനുസരിച്ചിരുന്നവോ എന്ന സംശയമാണ്. 'എന്റെ ജീവിതം എന്റെ സ്വന്തമാണ്. മറ്റുള്ളവർക്ക് ഉപദ്രവകരമല്ലാത്ത രീതിയിൽ എന്റെ ഉത്തമ താല്പര്യങ്ങൾ പരിരക്ഷിക്കാനും എല്ലാ കഴിവുകളെയും വികസിപ്പിച്ച് ഒരു പൂർണ്ണ ജീവിതം നയിക്കാനുമുള്ള അവകാശം എനിക്കുണ്ട്."[5] ഇതാണ് ആശാന്റേതായി സദാശിവൻ രേഖപ്പെടുത്തിയ സ്മരണ.

പരമപദത്തെക്കുറിച്ചുള്ള ആശാന്റെ സങ്കല്പങ്ങൾ ജീവശാസ്ത്രത്തെ പൂർണ്ണമായും അനുസരിച്ചുകൊണ്ടുള്ള പൂർണ്ണജീവിതത്തിലേക്ക് മുതിരുകയായിരുന്നു. വിവാഹതീരുമാനത്തിൽ ഒരുപക്ഷേ ആശാനെ അനുമോദിച്ചത് സഹോദരൻ അയ്യപ്പൻ മാത്രമായിരുന്നു. *സഹോദരൻ* മാസികയുടെ ആദ്യലക്കത്തിൽ കവിയെ അനുമോദിച്ചുകൊണ്ട് ഇങ്ങനെ എഴുതി: "ഭാവനായുക്തികൊണ്ടു മാത്രം *നളിനി, ലീല* മുതലായ യഥാർത്ഥപ്രേമ മാതൃകകളെ വാർത്തുവിട്ട കവിശ്രേഷ്ഠൻ അനുഭവരസികനായതിന്റെ ശേഷം സൃഷ്ടിക്കുന്ന കാവ്യങ്ങളെയോർത്ത് ഞങ്ങൾ കൈരളിയെ അനുമോദിക്കുന്നു."[6]

മാഷോ? ആഗമാനന്ദസ്വാമിയുടെ ആശ്രമത്തിൽ കുറച്ചുകാലം താമസിച്ചിരുന്നു. 'നിർവ്യക്തിക'മായാണ് അതിനെക്കുറിച്ചു പറഞ്ഞിട്ടുള്ളത്. "ഗുരുവിനെ അന്വേഷിക്കുകയെന്നാൽ ഉത്തരം അന്വേഷിക്കുക എന്നാണർത്ഥം. അതിന് ഒരു ഈഡിപ്പൽ തലമുണ്ടാകാം. ദൈവം പറയുന്നതു മുഴുവൻ ശരിയല്ലെന്നു തോന്നുക, അച്ഛൻ പറയുന്നതു മുഴുവൻ ശരിയല്ലെന്നു തോന്നുക. അങ്ങനെ ശരി അന്വേഷിച്ച് പല ദിക്കിലും എത്തിച്ചേരുന്നു, സന്ന്യാസിമാരുടെ അടുത്തെത്തിച്ചേരുന്നു. പല ചോദ്യങ്ങൾ ചോദിക്കുന്നു.. അങ്ങനെ നിങ്ങൾക്ക് തെറ്റായ ഉത്തരങ്ങൾ കിട്ടുന്നു... (ചിരി) ബഷീറിന്റെ കഥയിലെ കള്ളൻ പേഴ്സ് തിരിച്ചുകൊടുക്കുന്നു. ഇത്രയും സത്യസന്ധത നമ്മുടെ സത്യസന്ധതാവ്യവസായത്തിൽ പ്രവർത്തിക്കുന്നവരിൽ കാണില്ല. അപ്പോൾ സത്യസന്ധത എന്നത് വ്യാജമാണെന്നും സത്യസന്ധതയില്ലായ്മ മറച്ചുവയ്ക്കാനുള്ള ഒന്നാണെന്നും മനസ്സിലാകും."[7]

'ഞണ്ടുകളുടെ കൂട്ടത്തിൽ സന്യാസിഞണ്ടുകൾ മാത്രം എപ്പോഴും രക്ഷപ്പെടുന്നു'വെന്ന് മാഷ് പറയാറുണ്ടായിരുന്നു. മനുഷ്യസമുദായത്തിൽ നിന്ന് 'രക്ഷപ്പെടാതിരിക്കാനുള്ള' ഇച്ഛയും അകർമ്മണ്യതയുടെ നിരാസവും മാഷെ ദേശീയപ്രസ്ഥാനത്തിലേക്ക് വലിച്ചടുപ്പിക്കുകയായിരുന്നു. 1947 ആഗ്സത് 14-ന് അർധരാത്രി എറണാകുളം മഹാരാജാസ് കോളെജിൽ സ്വാതന്ത്ര്യപതാക ഉയർത്താൻ തീരുമാനിച്ച വിദ്യാർത്ഥികളുടെ മുൻനിരയിലുണ്ടായിരുന്നു.

ചികിത്സാസമ്പ്രദായങ്ങളെക്കുറിച്ച് ആശാനും മാഷ്ക്കും അനല്പമായ അറിവുണ്ടായിരുന്നു. ആശാനെക്കുറിച്ച് മകൻ കെ. സുധാകരൻ ഇങ്ങനെ എഴുതുന്നു. "അക്കാലത്താണ് (1920) ഒരു ജർമ്മൻ ഡോക്ടറായ ലൂയി കൂനിയുടെ *നിയോ നാചചറോപതി* എന്ന പ്രകൃതിചികിത്സ സംബന്ധിച്ച ഗ്രന്ഥം പ്രചാരത്തിൽ വന്നത്. അച്ഛൻ അതിലെ ചികിത്സാക്രമങ്ങൾ പഠിക്കുകയും അതിലെ നിർദ്ദേശമനുസരിച്ച് ആഹാരക്രമങ്ങൾ മാറ്റുകയും ചെയ്തു. 'സ്റ്റീംബാത്തി'നുശേഷം പുതിയ കലങ്ങളിൽ പ്രത്യേകം സൂക്ഷിച്ചിട്ടുള്ള തണുത്ത വെള്ളത്തിൽ കുളിക്കുക, ടബ്ബിലിരുന്ന് വയറും ഇടുപ്പു മാത്രം നനച്ച് തുണികൊണ്ടു തിരുമ്മുക, തവിടു കളയാത്ത അരിവറ്റിച്ച് ചോറുണ്ണുക, പകുതി പഴുത്ത പഴങ്ങളും സസ്യാഹാരങ്ങളും മാത്രം കഴിക്കുക ഇങ്ങനെ പലതും അക്കാലത്തു വരുത്തിയ മാറ്റങ്ങൾ ആണ്."

അരോഗദൃഢഗാത്രനായ കവി നാല്പത്തിയഞ്ചാംവയസ്സിൽ വിവാഹത്തിനൊരുങ്ങുന്ന വേളയിൽ തന്റെ ശരീരസൗന്ദര്യത്തെക്കുറിച്ച് അഭിമാനം കൊണ്ടിരുന്നു: "എന്റെ ആരോഗ്യവും ശരീരശക്തിയും അനന്യസാധാരണമെന്നു ഞാൻ അഭിമാനിക്കുന്നു. ഈ കൂടുവിട്ട് ജീവൻ പോകുന്നതെങ്ങനെയെന്നുപോലും എനിക്കു പലപ്പോഴും അത്ഭുതം തോന്നാതിരുന്നിട്ടില്ല."[9] ആശാൻ വാക്കിനെയെന്നപോലെ അതീവശ്രദ്ധയോടെയായിരുന്നു ശരീരത്തെയും പരിപാലിച്ചത്. "വ്യായാമം ഒരു ദിവസവും മുടക്കാറില്ല. കസർത്താണു സാധാരണ പതിവ്. ഏകദേശം ഇരുനൂറുവരെ എടുക്കാറുണ്ട്. ചില ദിവസം ഡംബൽസ് കൊണ്ടുള്ള പ്രവർത്തനമായിരിക്കും. ശരീരം നല്ലപോലെ വിയർക്കണമെന്ന് നിർബന്ധമുണ്ട്."[10]

മാഷോ? കുട്ടിക്കാലം തൊട്ടേ നിത്യരോഗിയായിരുന്നു. ജീവനേക്കാൾ മരണമാണ് ദുർബലമായ ആ ശരീരത്തിൽ ഒളിഞ്ഞിരുന്നത്. അമ്പത്തിയഞ്ചാം വയസ്സിൽ, ബ്രണ്ണനിൽ, സഹാധ്യാപകരോടുള്ള വിടവാങ്ങൽ പ്രസംഗത്തിൽ "ഈയിടെയായി, എന്നെ ആരോഗ്യം ബാധിച്ചിരിക്കുന്നു," എന്നു പറയുകയുണ്ടായി. അതേ പ്രസംഗത്തിൽ, 'സന്തതസഹചാരിയായിരുന്ന' മൃത്യുവിനെ ഇങ്ങനെ സ്നേഹിച്ചു: "എനിക്ക് ഏറ്റവും കൂടുതൽ അനുഭവങ്ങൾ തന്നിട്ടുള്ളത് ഈ കലാലയത്തിലെ വിദ്യാർത്ഥികളോ അധ്യാപകരോ അല്ല, ഒന്നിലേറെത്തവണ ഞാൻ കണ്ടുമുട്ടിമടങ്ങിവന്നിട്ടുള്ള മരണമാണ്."

രണ്ടുകാലഘട്ടങ്ങളിൽ വിവാദങ്ങളുടെ കേന്ദ്രബിന്ദുവായിരുന്നപ്പോഴും വിവാദകാലുഷ്യങ്ങളിൽ അക്ഷോഭ്യരായിരുന്ന ഇരുവരും. 'തടശിലപോലെ തരംഗ ലീലയിൽ!' എതിരിട്ടപ്പോൾ കേമന്മാരെ മാത്രമേ എതിരിട്ടുള്ളൂ. ആശാൻ, വള്ളത്തോൾ, സി.വി. കുഞ്ഞുരാമൻ, ടി.കെ.മാധവൻ മുതൽ പേരെ. വിദ്വാൻ സി.എസ്.നായരുടെ പ്രശംസയെ, "ഓ, അവർക്കൊക്കെ അതു വായിച്ചാൽ മനസ്സിലാകുമോ?" എന്നത്രെ നേരിട്ടത്. ഈഴവരുടെ

ക്ഷേത്രപ്രവേശനവാദത്തിന് ആശാൻ പ്രതികൂല കക്ഷിയാണെന്നെഴുതിയ ടി.കെ. മാധവനെ ക്രൂരപരിഹാസത്തിൽ കുളിപ്പിച്ചു കിടത്തി: "മഹാനായ അദ്ദേഹം ഈ തിരുവിതാംകൂറിന്റെ, വിശേഷിച്ചും ഈഴവ സമുദായത്തിന്റെ, എന്നുതന്നെയല്ല, ഒരു പ്രതിവാര മലയാളപത്ര മന്ദിരത്തിന്റെ ഇടുങ്ങിയ പരിധിയിൽ കിടന്ന് ഈ വക പൊട്ടവ്യാഖ്യാനങ്ങളും 'ഉരുട്ടും പിരട്ടും' കൊണ്ട് കാലം കഴിക്കുന്നത് കഷ്ടമാണ്! അദ്ദേഹത്തിന്റെ അമേയവും ജാജ്വല്യമാനവുമായ രാജ്യകാര്യവിജ്ഞാനകിരണധോരണികൾ ലോകത്തിനു നഷ്ടപ്പെട്ടുപോകുന്നു!!" അതിനുശേഷം, "വായനക്കാരേ, എന്റെ പേനയെ സാധാരണ ഞാൻ അത്ര കഠിനമായ വിധത്തിൽ ഉപയോഗിക്കാറില്ല,"[11] എന്നൊരു സാന്ത്വനിപ്പിക്കലും!

മാഷാണെങ്കിൽ മാരാര്, മുണ്ടശ്ശേരി, പി.കെ. ബാലകൃഷ്ണൻ തുടങ്ങിയവരെ കണക്കിനു കശക്കി. സുകുമാർ അഴീക്കോടിനെ അക്ഷരാർത്ഥത്തിൽ കശക്കുകയായിരുന്നു. *ശങ്കരക്കുറുപ്പ് വിമർശിക്കപ്പെടുന്നു* എന്ന ഖണ്ഡന വിമർശനത്തിനെഴുതിയ പ്രത്യാഖ്യാനത്തിൽ പഴയ സുകുമാരനെയും പുതിയ സുകുമാർ അഴീക്കോടിനെയും പിളർത്തി, മാഷ് എഴുതി: "പ്രൊഫ. മുണ്ടശ്ശേരിയും കൂട്ടരും സാഹിത്യനിരൂപണത്തിന്റെ പഴയ ക്ലാസിൽ കളിച്ചുവലിച്ചെറിഞ്ഞ ഏതാനും പരുക്കൻ ശീട്ടുകൾ വെച്ചാണ് സുകുമാരന്റെയും കളി-ശ്രീ.കുറുപ്പിന്റെ കവിത ഉള്ളൂർക്കവിത പോലെയാണ്, സംസ്കൃതപദബഹുലമാണ്, ഭാവശൂന്യമാണ്, പരകീയമാണ് എന്നൊക്കെ. നാലു കയ്യും താൻ തന്നെ കളിക്കുന്ന എന്നതുകൊണ്ട് എല്ലായ്പ്പോഴും തനിക്കുതന്നെ ജയം. ഒരിക്കലും ഒന്നും നഷ്ടപ്പെടാനുമില്ല."[12]

എം.എൻ.വിജയന്റെ 'പ്രശസ്തമായ പല ക്ഷോഭ'ങ്ങളെയും എടുത്തെഴുതി ജി.എൻ.പിള്ള ഇങ്ങനെ പറയുന്നു. "ആരുടെയും പ്രത്യാഖ്യാനം സഹിക്കുന്നതല്ല വിജയന്റെ ഭാവന. പ്രത്യാഖ്യാനത്തിന്റെ കാര്യം പോകട്ടെ, സംശയം ചോദിച്ചാൽപോലും ചിലപ്പോഴൊക്കെ ക്ഷോഭിക്കുകയും ശുണ്ഠിയെടുക്കുകയും ചെയ്യുമായിരുന്നു അദ്ദേഹം.... എന്തൊക്കെ പറഞ്ഞാലും തിരുത്തിയാലും ഒടുവിൽ വരുമ്പോൾ പൂർവ്വധാരണയ്ക്കു തന്നെയായിരിക്കും മുൻകൈ. പിടിച്ചിടത്തു വെച്ചുതന്നെ വളയ്ക്കുന്നു. വളച്ചിടത്തുവെച്ചുതന്നെ ഒടിക്കുന്നു. മഹത്വത്തിന്റെ പ്രതിഷേധവും മഹത്വപൂർണ്ണമായിത്തന്നെ ശോഭിക്കുന്നു."[13]

അന്തിമവിശകലനത്തിൽ ആശാൻകവിത എന്താണ്? തിരുവനന്തപുരത്ത് നടത്തിയ മൂന്നുദിവസത്തെ ആശാൻ പ്രഭാഷണം (1987) അവസാനിപ്പിച്ചുകൊണ്ട് മാഷ് പറഞ്ഞു: "അവസാനിക്കാത്ത അസ്വാസ്ഥ്യമാണ്, അവസാനിക്കാത്ത ജാഗ്രതയാണ് ആശാൻ മലയാളഭാവനയ്ക്ക് നൽകിയത് എന്നതിന് സംശയമില്ല. മലയാളത്തിലെ മറ്റൊരു കവി

ഇത്രയും അസ്വാസ്ഥ്യം, ഇത്രയും മനസ്സിന്റെ ഭാരം, ഇത്രയും മനസ്സിന്റെ ശൂന്യതാബോധം, ജീവിതത്തിന്റെ വ്യർത്ഥതാബോധം, ജീവിതത്തിന്റെ സാഫല്യബോധം ഇവരുടെ ഭാവനയിൽ അവതരിപ്പിച്ചിട്ടുണ്ടോ എന്ന് സംശയമാണ്. ലോകത്തിലെ അപൂർവം കവികൾ മാത്രമേ ജീവിതത്തെ ഈ നിലയിൽ കാണുകയും ജീവിതത്തെ ഒരിക്കലും ഉത്തരം കണ്ടെത്താത്ത, ഉത്തരം കണ്ടെത്താനുള്ള ഒരു പരിശ്രമമായി മാത്രം നടന്നുകൊണ്ടിരിക്കുന്ന യജ്ഞമായി ചിത്രീകരിച്ചിട്ടുള്ളൂ. അതുകൊണ്ട് ആശാന്റെ പ്രധാനമായ സംഭാവന ആശാൻ തന്റെ ജീവിതപ്രശ്നങ്ങൾക്ക് അന്തിമമായ ഉത്തരങ്ങൾ നൽകുന്നില്ല എന്നതാണ്"[14] 'മലയാളത്തിലെ മറ്റൊരു നിരൂപകൻ' എന്ന് ഈ ഖണ്ഡം മാറ്റിയെഴുതിയാൽ അതു മറ്റൊരാളിലാകില്ല ചെന്നുചേരുക.

"ആരാണ് ഈ ലോകത്തെ മാറ്റുവാൻ നിങ്ങളെ ഏൽപ്പിച്ചത്," എന്നും "നാമാരും ഈ ഗ്രഹിച്ചിട്ടില്ല നാം കേരളത്തിൽ മലയാളം പറയുന്നവരായി ജനിച്ചത്," എന്നും മാഷ് പറയുന്നത് ഞാൻ 'രണ്ടു ചെവികൊണ്ടും' കേട്ടിട്ടുണ്ട്. അത് ആശാനിലെന്നപോലെ, ശൂന്യതയിലൂടെ പൂർണ്ണതയെ കണ്ടെത്തുന്ന ക്ലേശകരമായ അന്വേഷണങ്ങളായിരുന്നു. ഒരുപക്ഷേ, എം.എൻ. വിജയൻ തന്റെ 'പാരസ്പര്യകവി' വൈലോപ്പിള്ളിയിൽ നിന്നും എടുത്തെഴുതിയതും ഉദ്ധരിച്ചതും ഈ വരികളാണ്.

"ഇപ്പൊഴുമെന്നാലന്ധ-
    മെന്റെയാത്മാവിൽ സർവ്വ-
നിഷ്ഫലതയെച്ചൊല്ലി-
    ച്ചുണ്ടു കയ്ച്ചൊരു തള്ളി
അതിനെസ്സൂക്ഷിപ്പൂ ഞാ-
    നാരെന്റെ വിധികർത്താ-
വവനു നിവേദിപ്പാ-
    നവനു നിവേദിപ്പാൻ."
('അവസാനത്തെ അശ്രുബിന്ദു')

(2012)

കുറിപ്പുകൾ

1, 2, 5 'ആശാൻ', *കവിതയും മനശ്ശാസ്ത്രവും*, എം.എൻ.വിജയൻ, മാതൃഭൂമി, 1987

3 എം.എൻ.വിജയന്റെ ആശാൻ പ്രഭാഷണം, കാസർകോട്

4, 7 *സംഭാഷണങ്ങൾ* എം.എൻ.വിജയൻ, മാങ്ങാട് രത്നാകരൻ, കറന്റ് ബുക്സ്, തൃശ്ശൂർ, 2001

6, 9 *സാഹിത്യസംഭവങ്ങൾ,* ജി. പ്രിയദർശൻ, കറന്റ് ബുക്സ്, കോട്ടയം, 1995

8, 10 *മഹാകവി കുമാരനാശാന് മകന്റെ പ്രണാമം*, കെ.സുധാകരൻ, ഡി.സി. ബുക്സ്, കോട്ടയം, 1992

11. *ആശാന്റെ കത്തുകൾ,* എഡി. ഡോ.എസ്.ഷാജി, എസ്.പി.സി.എസ്, കോട്ടയം, 2010
12. 'ശങ്കരക്കുറുപ്പ് വിമർശിക്കപ്പെടുന്നു!', എം.എൻ.വിജയൻ, *മാതൃഭൂമി ആഴ്ച പ്പതിപ്പ്,* 1963 ഡിസംബർ 8
13. 'ഓർമ്മയിൽ ഒരു കാലഘട്ടം' *ഓർമ്മയിൽ ഒരു താമര,* ജി.എൻ.പിള്ള, മൾബറി, കോഴിക്കോട്, 1997
14. 'ആശാന്റെ കവിവ്യക്തിത്വം' *എം.എൻ.വിജയൻ സമ്പൂർണ്ണ കൃതികൾ,* വാല്യം രണ്ട്, കറന്റ് ബുക്സ്, തൃശ്ശൂർ, 2008

ഭാഗം മൂന്ന്

മഞ്ചാടി

ബ്രഹ്മണ്ണന്റെ ഹൃദയത്തിലേക്ക് നീളുന്ന നടപ്പാതയിൽനിന്ന്
എനിക്കൊരു മഞ്ചാടി കിട്ടുന്നു.
നെറ്റിയിൽ സൂര്യൻ ചിരിക്കുന്ന മഞ്ചാടി
ഭൂമിയുടെ ഒരു തുള്ളി രക്തമുറഞ്ഞ മഞ്ചാടി
എനിക്കു കിട്ടുന്നു.

കാടി* കളിച്ച ബാല്യമോ
മണ്ണു നോക്കി നടത്തമോ
ലഹരി ചുവപ്പിച്ച മിഴികളോ
അരുണോദയ സ്വപ്നമോ
എന്നെ മഞ്ചാടി കാട്ടുന്നു?
എന്തുചെയ്യണമീ മഞ്ചാടി?
അഞ്ജലിയുടെ വിളർത്ത ഉള്ളംകൈയിലെ
ആയുർരേഖയുടെ ഒഴുക്കിലക്ക് പടരാം?
സ്ഫടികക്കുപ്പിയുടെ ഒഴിഞ്ഞ സിറിഞ്ചിൽ
വരുംകാലദുഃസ്മൃതികൾക്കൊരൗഷധമായി
കരുതിവെക്കാം?

എന്റെ ചിന്തകൾ തൊട്ടിട്ടെന്നപോലെ
ഗുരുനാഥൻ ഒരു കഥ പറഞ്ഞു.
സ്വാമി വിവേകാനന്ദൻ അമേരിക്കയിലായിരുന്ന കാലം
ഒരു സായംകാലയാത്രയിൽ, ഷിക്കാഗോ തെരുവീഥിയിൽ
സ്വന്തം ചിത്രങ്ങൾ വിൽക്കുന്ന ഒരു ചിത്രകാരന്റെ
ചാരുതയാർന്ന പ്രകൃതിദൃശ്യങ്ങളിലൊന്നിൽ
തന്നെത്തന്നെ അതിൽ കണ്ടിട്ടെന്നപോലെ.
വിവേകാനന്ദൻ ഏറെ നേരം നോക്കിനിന്നു

---

* മഞ്ചാടി ഉപയോഗിച്ചുള്ള ഒരു നാടൻകളി

കൊടുക്കാനുള്ള കോഴി

അടുത്തദിവസം, അതിനടുത്ത ദിവസം,
അതിനുമടുത്ത ദിവസം
സ്വാമി ആ ചിത്രം നോക്കിനിന്നു, നിർന്നിമേഷം
ഇതു ശ്രദ്ധിച്ചിരുന്ന ചിത്രകാരൻ ഒരുനാൾ
വിവേകാനന്ദനോട് പറഞ്ഞു:
സ്വാമി ഏറെ നാളായി ഈ ചിത്രം നോക്കിയിരിക്കുന്നു
അങ്ങേക്കിതിഷ്ടമായെന്നു തോന്നുന്നു.
എന്റെയൊരെളിയ ഉപഹാരമായി
സ്വാമിയീ ചിത്രം സ്വീകരിച്ചാലും.
വിവേകാനന്ദൻ പറഞ്ഞു:
ഉടമയാവുമ്പോൾ എനിക്കിതിന്റെ സൗന്ദര്യം
നഷ്ടപ്പെടുന്നു.
പാതക്ക് ഈ മഞ്ചാടി തിരിച്ചേല്പിക്കണം
അഞ്ജലിയുടെ കണ്ണീർമുത്തിൽനിന്നും മുളച്ച
ദൈവത്തിന്റെ ഈ മൗനമന്ദഹാസം
പാതയിൽ കിടന്നാലുമെന്റേതല്ലോ.

(1984)

സിംഹവും കഴുതയും

ദുരഹങ്കാരിയായ ഒരു കഴുത ഒരിക്കൽ ധൈര്യം സംഭരിച്ച് സിംഹത്തിന്റെ മടയുടെ മുന്നിൽച്ചെന്ന് സിംഹത്തെ തൊള്ള പൊട്ടുമാറുച്ചത്തിൽ പുലഭ്യം പറഞ്ഞുകൊണ്ടിരുന്നു. സിംഹം ആദ്യം ഒന്നു മുരണ്ടു. പിന്നെ മടയ്ക്കു പുറത്തിറങ്ങി നോക്കി. "ഓ, ഒരു കഴുത!" എന്നുമാത്രം പറഞ്ഞ് മടയിലേക്കു മടങ്ങി.

(ഈസോപ്പ് കഥ)

എം.എൻ. വിജയൻ
അതിജീവിച്ചതെങ്ങനെ?

ദാ, ഇങ്ങനെ.

(2013)

റൊദാങ് മ്യൂസിയത്തിൽ

റൊദാങ് മ്യൂസിയത്തിൽ വെച്ച്
താങ്കളെക്കുറിച്ചു[1] ചിന്തിച്ചു
പോംസെ[2] അഥവാ ദ് തിങ്കർ അഥവാ ചിന്തകൻ
ചിന്തയുടെ അഗ്നിബാധയിൽ.

സെൽഫിയിൽ സെൽഫ് ടൈമറിൽ
സന്ദർശകർ അതേപടി താടിക്കു കൈകൊടുത്തു.

യുവതികളേ, യുവാക്കളേ, മധ്യവയസ്കരേ
നിങ്ങൾ അപ്പോൾ എന്തു ചിന്തിച്ചു?

നിങ്ങൾ ചിന്തിക്കുകയായിരുന്നുവെങ്കിൽ
ഹന്ന[3] പറഞ്ഞതുപോലെ കുഴപ്പമില്ല
"അപകടകരമായ ചിന്ത എന്നൊന്നില്ല
ചിന്തിക്കുന്നതുതന്നെയും അപകടകരമാണ്."

ഇരുണ്ട കാലത്ത് താങ്കൾ ചിന്തിച്ചു
ചിന്തിക്കുന്തോറും ശത്രുക്കൾ അണിനിരന്നു
കൗരവപക്ഷത്തെന്ന പോലെ കേമന്മാർ
പതിനൊന്ന് അക്ഷൗഹിണികൾ
കാലാളുകളിൽ സഖാക്കൾ, ശിഷ്യർ,
ഒളിച്ചുകളിക്കാർ, വേഷംകെട്ടുകാർ, വായാടികൾ,
ആത്മാവ് വിറ്റവർ, വിൽക്കാനൊരുമ്പെട്ടോർ.

അപ്പോൾ താങ്കൾ പറഞ്ഞു,
ഒരാളെ കുഴിച്ചുമൂടാൻ
ഒരു കുന്നിടിക്കേണ്ടതില്ല.

പറഞ്ഞതും, നുണക്കൊട്ടാരങ്ങൾ
കല്ലിന്മേൽ കല്ലവശേഷിപ്പിക്കാതെ തകർന്നുവീണു.

പിന്നീട്, മുങ്ക് വരച്ച റൊദാങിന്റെ
ചിന്തകനെ[4] പൂന്തോട്ടത്തിൽ കണ്ടു.

താങ്കൾ വീട്ടുമുറ്റത്ത്
ചെടികൾക്കു വെള്ളമൊഴിച്ചുനിൽക്കുന്ന
സായാഹ്നങ്ങൾ ഓർമ്മ വന്നു.
അല്ല, അതിനെക്കുറിച്ചു ചിന്തിച്ചു.

(2015)

കുറിപ്പുകൾ

1. എം.എൻ. വിജയൻ
2. ദ് തിങ്കർ, ഒഗെസ്ത് റൊദാങ്, 1903, ഫ്രഞ്ച് ശീർഷകം Le Penseur
3. ഹന്ന ആരെന്റ്, (1906–1975), രാഷ്ട്രീയ ചിന്തക
4. എഡ്വേഡ് മുങ്ക്, *ല്യൂബെക്കിലെ ഡോ. ലിൻഡെയുടെ പൂന്തോട്ടത്തിലെ റൊദാങ്ങിന്റെ തിങ്കർ* എന്ന ചിത്രം, 1907, ഈ ചിത്രം പാരീസിലെ റൊദാങ് മ്യൂസിയത്തിലാണ്.

അനുബന്ധം

അനുഭവസ്നാനം*

മാങ്ങാട് രത്നാകരന്റെ കവിതയിൽ ഭൂതാവേശമില്ല. തനിക്ക് നഷ്ടപ്പെട്ടതാണ് ലോകം എന്നു നിർവചിക്കുന്നതിനെക്കാൾ നടന്നുകൊണ്ടിരിക്കുന്നവന്റെ അടിവരയാണത് എന്നറിയുവാനാണ് കവിക്കിഷ്ടം. അതുകൊണ്ട് നൊസ്റ്റാൾജിയ ഒരു മാറാത്ത മണമായി കവിതകളിൽ തങ്ങിനിൽക്കുന്നില്ല. വെള്ളം വാകൊണ്ടു തുപ്പുമ്പോൾ തെളിയുന്ന മഴവില്ലുപോലെ കവിത അത്ര അടുത്തുവന്നുനിൽക്കുന്നു. ഹോളുബിനെപ്പോലെ രത്നാകരനും കവിത വർത്തമാനരുചിയാണ്. കാഴ്ചയുടെ രൂപമാണ്. കാലിഡോസ്കോപ്പുപോലെ താൻ തിരിക്കുമ്പോഴെല്ലാം പൂക്കുന്ന ചെടിയാണ്. താൻ കാണുന്നത് ഉടഞ്ഞ ഏതു വളയുടെ പൊട്ടുകളാണ് എന്നല്ല ഏത് പൂവിന്റെ ഇതളുകളാണ് എന്നു മാത്രമേ കവി അന്വേഷിക്കുന്നുള്ളൂ. വർത്തമാനപ്പത്രം നാളെ മുളകുപ്പുപൊതിയാനുള്ളതാകാം. പക്ഷേ, ഇന്നത് കണ്ണീരൊപ്പാനുള്ളതാണ്. രത്നാകരൻ വർത്തമാനത്തിന്റെ കവിയാണ്.

കടൽത്തിരകളോട് പിണങ്ങി കക്കകൾ പെറുക്കി നടക്കുകയല്ല, നഗരത്തെരുവുകളിലും പട്ടിണിപ്പുരകളിലും അലഞ്ഞ് ചോരക്കറകളും കണ്ണീർപ്പാടുകളും പെറുക്കിക്കൂട്ടുകയാണ് രത്നാകരന്റെ ജോലി. നോഹയുടെ കാലത്തും ഇങ്ങനെതന്നെയായിരുന്നുവോ എന്ന ചോദ്യം മാത്രമേ കവി പഴമയോട് ചോദിക്കുന്നുള്ളു. അന്നും ഇങ്ങനെ തന്നെ ആയിരുന്നിരിക്കണം. അതിനെക്കുറിച്ച് മലമുകളിലും മരക്കൊമ്പിലുമിരുന്ന് ആരെല്ലാമോ പാടുകയും ചെയ്തിരിക്കണം.

പക്ഷേ ഇന്നത്തെ ലോകം അധികവും മനുഷ്യനിർമ്മിതവും അല്പം മാത്രം പ്രകൃതിയുമായി മാറിക്കഴിഞ്ഞിരിക്കുന്നു. ഇങ്ങനെ മാറുന്ന കാലത്താണ് പോൾ ക്ലീ ജ്യാമിതീയ രേഖകളെ രേഖാചിത്രങ്ങളാക്കിയത്. രത്നാകരനും അവശേഷിച്ച അല്പപ്രകൃതിയിലേക്കോടിപ്പോകുകയല്ല,

---

* അവതാരിക, *നോഹയുടെ കാലത്ത് ഇങ്ങനെ തന്നെയായിരുന്നോ? അയ്യോ, അല്ല.* മാങ്ങാട് രത്നാകരൻ, കറന്റ് ബുക്സ്, തൃശ്ശൂർ, 2004

മനുഷ്യനുണ്ടാക്കിക്കൊണ്ടിരിക്കുന്ന പുതിയ പൂന്തോട്ടത്തിൽ പാറി നടക്കുകയാണ്. ചിത്രങ്ങളിലും ചലച്ചിത്രങ്ങളിലും പറന്നിരുന്നു തേൻ കുടിക്കുന്നു. തെരുവുകൾ പോലെ ഒഴുകിപ്പോകുന്ന പാട്ടുകളിൽനിന്ന് വെള്ളം കോരിക്കുടിക്കുന്നു. ചിതലായും പുഴുവായും പുസ്തകങ്ങൾ തിന്നുതീർക്കുന്നു. പ്രകൃതിപോയതുകൊണ്ട് പ്രകൃതിശാസ്ത്രം ഭക്ഷണമാക്കുന്നു.

അഭിപ്രായങ്ങളുടെ സംഗമം കൊണ്ടാണ് ആശയങ്ങളെയും ആളുകളെയും സ്ഥാനനിർണ്ണയം ചെയ്യുന്നത്. ഇത് പോസ്റ്റ് മോഡേണി സമോ ഗാന്ധിയോ ആകാം. പുറത്ത് എങ്ങനെ തെളിയുന്നു എന്നതാണ് വസ്തുവിന്റെ സ്വരൂപം. കഴിഞ്ഞതിന്റെ ബാക്കിയായി ഇന്നെന്തു നിലനിൽക്കുന്നുവോ അതാണ് ചരിത്രം എന്ന് എലിയറ്റ് പറഞ്ഞു കൊണ്ടിരുന്നു. സമൂഹം എങ്ങനെ നിങ്ങളെ ഉൾക്കൊള്ളുന്നുവോ അതാണ് സ്വത്വം. 1998 ജനുവരി 19ന് സേവാഗ്രാമിലെത്തിയ കവി ഓർമ്മ കളുടെയും വിലയിരുത്തലുകളുടെയും കലാപഭംഗിയായി ഗാന്ധിയെ കാണുന്നു. പട്ടം ചെത്തിയ കല്ലുപോലെ ഒരുപാട് പ്രതലങ്ങളിൽ പ്രതി ഫലിക്കുന്ന ഈ നാട്ടുവെളിച്ചം വൈരത്തെ തിളക്കമാക്കുകയും ചെയ്യുന്നു. ഇതൊരു മാധ്യമ സംസ്കാരമാകാം. പല ലോകങ്ങളിലും പ്രതികരണങ്ങൾ തേടിയലഞ്ഞു തിരിച്ചെത്തുന്ന ഒരാശയപ്രവർത്ത കന്റെ കാഴ്ചപ്പാട്.

'ഒരാളും ഒരക്ഷരം മിണ്ടീർന്നില്ല' എന്നോർക്കുന്ന വല്യമ്മ.

മൂന്നു വെടിയുണ്ടയും ചോരപുരണ്ട ഒരു തുണിയും.

ഇങ്ങനെയൊരാൾ ഭൂമുഖത്ത് നടന്നുവോ എന്ന് അന്തിച്ചു പോയ ഐൻസ്റ്റീൻ.

ഹോചിമിൻ, പട്ടത്തുവിള, ഇ.എം.എസ്, നെരൂദ, തൃശ്ശൂരെ കടലാസു പുലികൾ.

ഇവരെല്ലാം ചേരുമ്പോൾ മരണത്തിൽ ജീവിക്കുന്ന ഒരു ഗാന്ധി. ഇപ്പോൾ നിങ്ങൾ ഗാന്ധിയെ കാണുന്നുണ്ടാകണം. ചരിത്രത്തെ ഓർക്കു ന്നുണ്ടാകണം.

'ജെയ്ൻ കമ്മീഷൻ റിപ്പോർട്ട്: ഒരാത്മഗതം' ഇതിനേക്കാൾ അപൂർവ്വതയുള്ള ഉല്പന്നമാണ്. നിത്യോപയോഗ സാധനങ്ങളിൽ നിന്നുതന്നെ എന്നും കേടുകൂടാതിരിക്കുന്ന ഒരു ശില്പം നിർമ്മിക്കു വാനുള്ള പരിശ്രമമാണത്. ഒരു ജനതയെ നോക്കിക്കണ്ട ന്യായാധി പനും അവരുടെ ഉള്ളറിഞ്ഞ കവിയും ഇതിൽ മുഖത്തോടു മുഖം നിൽക്കുന്നു.

ആശയങ്ങളുടെയും ബിംബങ്ങളുടെയും നിറങ്ങളുടെയും നാദ ങ്ങളുടെയും നടുവിൽ അലഞ്ഞുതിരിയുന്ന ഒരലസഹൃദയം രത്നാ കരനുണ്ട്. ശിഥിലവും അസംബന്ധവുമെന്നു തോന്നിക്കുന്ന അതിയാഥാർ ത്ഥ്യത്തിന്റെ തലങ്ങളിൽ അതു സഞ്ചരിക്കുന്നു. ബന്ധമില്ലായ്മയെ

ബന്ധിപ്പിക്കുന്ന ചലച്ചിത്ര ഭാഷ കവിയെ സ്വാധീനിച്ചിട്ടുണ്ടാകാം. കവി മുടങ്ങാതെ പുല്ലു തിന്നുന്ന ഒരു മേച്ചിൽപുറം സിനിമ തന്നെയാണ്. ദൃശ്യ ബോധത്തെയും പിന്നീട് കാവ്യബോധത്തെയും അത് പിറകോട്ടു തിരുത്തുന്നു. ഒരുപാട് വെള്ളവും വെളിച്ചവും ചേർന്നാൽ ഉണ്ടാകുന്നത് സന്തോഷമാണ് എന്നു പറയുന്ന ദൃശ്യഭാഷ. രത്നാകരനെ മനസ്സിലാക്കുവാൻ ഈ ഭാഷ പഠിക്കേണ്ടതാണ്. കവിത ഒരു സങ്കേതവും സന്ദേശവും ആയതു കൊണ്ട്.

പല മതങ്ങളിലും പല ജാതികളിലും പെട്ട അമ്മമാരുടെ മുല കുടിച്ചു വളർന്ന വൈക്കം മുഹമ്മദ് ബഷീറിനെപ്പോലെ ദേശങ്ങളുടെയും ഭാഷകളുടെയും കലാഭേദങ്ങളുടെയും പാലുണ്ടുവളർന്ന രത്നാകരന് കാലത്തോടൊപ്പം നിൽക്കുന്ന അനുഭവലോകമുണ്ട്. നാമിപ്പോൾ കുളിക്കുന്നത് പുതിയ ഒരു പുഴയിലും പുതിയ ഒരു കടവിലുമാണ് എന്ന തോന്നൽ ഈ കവിതകൾ ഉണ്ടാക്കുന്നു. നവോന്മേഷം പകരുന്ന അനുഭവസ്നാനം.

കൊടുങ്ങല്ലൂർ, **എം.എൻ.വിജയൻ**
23.9.2003.

അവതാരിക*

കാവ്യകലയെക്കുറിച്ചുള്ള കുമാരനാശാന്റെ സർഗ്ഗചിന്തയായ 'ഏകാന്തം വിഷമമൃതാക്ക'ലിനെക്കുറിച്ച് എം.എൻ.വിജയൻ ഇടയ്ക്കിടെ ഓർമ്മിപ്പി ക്കാറുണ്ടായിരുന്നു. കവിതയായിരുന്നു എം.എൻ.വിജയന്റെ വീടിന്റെ അകത്തളം. ആദിമമായ ആ സാഹിത്യരൂപത്തെ, മാനവവംശത്തിന്റെ മാതൃഭാഷയെ, അകക്കാമ്പിൽ തന്നെ അദ്ദേഹം അറിഞ്ഞു. അതിലെ ഇച്ഛകളും സ്വപ്നങ്ങളും ഇഴപിരിച്ചു. അറിവു കടഞ്ഞ് അമൃതെടുക്കുക യായിരുന്നു. തന്റെ സാഹിത്യവിമർശനത്തിന്റെ വീര്യവും രുചിയും അതാ യിരുന്നു. മലയാള സാഹിത്യവിമർശനത്തിന്റെ ഉദാത്ത മാതൃകകളാണ് അവ. അതിനു കാരണം, ബുദ്ധന്റെ ഉപമയിലെന്നപോലെ, ഊരിയ വാളു പോലെ അവ സ്വതന്ത്രമായിരുന്നതിനാലാണ്.

എം.എൻ.വിജയന്റെ ആദ്യകൃതിയായ *ചിതയിലെ വെളിച്ചം* തന്നെ വിഗ്രഹകഭഞ്ജകമായിരുന്നു, എല്ലാ അർത്ഥത്തിലും. തന്റെ മാനസഗുരു കേസരി എ.ബാലകൃഷ്ണപിള്ളയുടെ ചുവടുപിടിച്ച് അറിവിനും തെളി വിനും മാത്രം കീഴടങ്ങുന്ന സാർവ്വദേശീയകലാവീക്ഷണം മുന്നോട്ടുവച്ചു. ലബ്ധപ്രതിഷ്ഠരെ കടപുഴക്കാൻ സർവ്വതലസ്പർശിയായ അറിവും അതിൽ നിന്നുളവായ അചഞ്ചല യഥാർത്ഥവും ജീവസ്സുറ്റതുമായ കലയെ അദ്ദേഹം നിർവചിച്ചു. പലപ്പോഴും ആഴമേറിയ ഫലിതത്തെയാണ് കൂട്ടുപിടിച്ചത്. മലയാള സാഹിത്യ വിമർശനം അതിനു മുമ്പോ പിമ്പോ ഇത്രമേൽ ദീപ്തവും നർമ്മഭാസുരവുമായിരുന്നില്ല. എടുത്തെഴുതേണ്ടാ ത്തവിധം സുലഭമാണവ.

കവികൾ, എഴുത്തുകാർ എന്താണ് ചെയ്തുകൊണ്ടിരിക്കുന്ന തെന്ന് സൂക്ഷ്മവും അഗാധവുമായ അറിവുണ്ടായിരുന്നതിനാൽ വിമർശകൻ എന്ന നിലയിൽ അദ്ദേഹത്തിന് യാതൊരു ധർമ്മസങ്കടവും ഉണ്ടായില്ല. 'ഇണങ്ങുന്നതും പിണങ്ങുന്നതുമായ ആശയങ്ങളെ അവ യുടെ പാട്ടിനു വിട്ടിരിക്കുന്നു' എന്ന് *ശീർഷാസന*ത്തിന്റെ മുഖവുരയിൽ

---

* അവതാരിക, *എം.എൻ. വിജയൻ സമ്പൂർണ്ണകൃതികൾ*, വോള്യം 1, കറന്റ് ബുക്സ്, തൃശ്ശൂർ, 2008

എഴുതിയിട്ടുണ്ടല്ലോ. പ്രസിദ്ധനായ ആ കുറ്റിത്തലമുടിക്കാരൻ കവി, ബ്രെഹ്ത്, 'വൈരുധ്യങ്ങളൊഴികെ മറ്റെന്തും തനിക്ക് ഉൾക്കൊള്ളാനാവും,' എന്ന് അസാമാന്യമായ ഉൾക്കാഴ്ചയോടെ പറഞ്ഞത് ഓർക്കാവുന്നതാണ്. വൈരുധ്യങ്ങളെ സ്പർശിച്ചറിയാനുള്ള ആഴമുള്ള ജീവിതബോധം ഉണ്ടായിരുന്നതിനാൽ മണ്ഡനഖണ്ഡനവിതണ്ഡവാദങ്ങൾ ഒരു വാക്യത്തിൽ പോലും കൂടുകൂട്ടിയില്ല.

കവിതയും മനശ്ശാസ്ത്രവും എം.എൻ.വിജയൻ അവതരിപ്പിച്ചതു തന്നെ 'ഈ പ്രബന്ധങ്ങൾ സാഹിത്യനിരൂപണമായിത്തന്നെ കരുതണം എന്നില്ല,' എന്നു പറഞ്ഞുകൊണ്ടാണ്. മനശ്ശാസ്ത്രത്തിൽ എല്ലാ വിജ്ഞാനശാഖയും അലിഞ്ഞുചേർന്നിരിക്കുന്നു എന്ന അതിവാദത്തിനും മുതിർന്നില്ല. മലയാള കവിതാനിരൂപണത്തിലെ 'പൊൽത്തിടമ്പാ'യ 'സഹ്യന്റെ മക'നിലും 'മാമ്പഴ'ത്തിലും ഡോ. ഫ്രോയ്ഡ് ഉൾപ്പെടെയുള്ള മനശ്ശാസ്ത്രജ്ഞരുടെ സിദ്ധാന്തങ്ങളെ പിൻപറ്റുമ്പോഴും, വായനക്കാരന്റെ അനുഭൂതികൾക്ക് അവയെ തീറുകൊടുക്കുന്നില്ല എന്നു കാണാവുന്നതാണ്. 'സഹ്യന്റെ മക'നിൽ അദ്ദേഹം എഴുതുന്നു: "മറ്റാർക്കും തന്നെ മനസ്സിലാക്കിക്കളയുവാൻ കഴിയില്ല എന്നത് ഇവരുടെ പരാതിയല്ല, ഗൂഢമായ അഭിമാനം തന്നെയാകുന്നു. അതുകൊണ്ട് മനുഷ്യനെ മനസ്സിലാക്കാനുള്ള ഒരു മഹായത്നമായ മാനസികാപഗ്രഥനത്തോട് ഇവർക്ക് സ്വാഭാവികമായ എതിർപ്പുണ്ടാകും. വൈലോപ്പിള്ളിയുടെ കവിതകളെക്കുറിച്ചല്ലാതെ കവിതയിലെ പദവാക്യഭാവങ്ങളെക്കൊണ്ട് സപ്രമാണമാക്കാതെ, ഒരഭിപ്രായവും ഈ പ്രബന്ധത്തിൽ പ്രകടിപ്പിച്ചിട്ടില്ല."

കുമാരനാശാനെയും ചങ്ങമ്പുഴയെയും കാണാൻ പുതിയ കണ്ണുകൾ നൽകി എന്നതാണ് ഈ പുസ്തകത്തിന്റെ മറ്റൊരു സവിശേഷത. ദൈനംദിനചരിത്രവും അതിന്റെ സാർവ്വകാലികമെന്നു തെറ്റിദ്ധരിച്ച മൂല്യബോധവും മാനദണ്ഡമാക്കിയ പൊതുബോധ ആന്ധ്യങ്ങളെ വെളിച്ചത്താൽ സ്നാനപ്പെടുത്തുകയായിരുന്നു അദ്ദേഹം. ആ വെളിച്ചം 'നേത്രരോഗിക്ക് ദീപം പോലെ' അഹിതമായിരുന്നു പലർക്കും; കേമന്മാർക്കു പോലും. അതാണവയുടെ മൂല്യം, അതുമാത്രവുമല്ല.

വൈലോപ്പിള്ളിക്കവിതയുമായി എം.എൻ.വിജയനുള്ള ഗാഢമായ ബന്ധം 'മാമ്പഴ'ത്തിലൂടെയും, 'സഹ്യന്റെ മക'നിലൂടെയും നാം മനസ്സിലാക്കിക്കഴിഞ്ഞു. മഹാകവിയുടെ കവിതയുടെ പേരുകൾ തന്നെ നിരൂപണത്തിനും നൽകുക വഴി വൈലോപ്പിള്ളിയുടെ കാവ്യാന്വേഷണങ്ങളോടൊപ്പമുള്ള ഒരു സമാന്തരജീവിതയാത്ര നടത്തുകയായിരുന്നു അദ്ദേഹം. ഇരുപത്തിരണ്ടാം വയസ്സിൽ എഴുതിയ *ഓണപ്പാട്ടുകാരു*ടെ അവതാരികയിൽ അത്ഭുതകരമായ ഒരു വാക്യം നാം വായിക്കും. "പണ്ടൊരിക്കൽ വൈലോപ്പിള്ളിക്കവിതയെക്കുറിച്ച് എഴുതിവന്നപ്പോൾ ഈ ലേഖകൻ അഭിപ്രായപ്പെട്ടു, "ആധുനിക സംസ്കാരത്തിന്റെ രണ്ടു

സവിശേഷതകളായ ശാസ്ത്രീയവീക്ഷണവും മനുഷ്യവർഗ്ഗപ്രേമവും വൈലോപ്പിള്ളിയുടെയും സവിശേഷതയാണ് എന്ന്." അർത്യൂർ റെമ്പൊ കവിതയെഴുത്ത് നിർത്തിയ വയസ്സിൽ, പത്തൊമ്പതാം വയസ്സിൽ, ഒരു പക്ഷേ അതിനും മുമ്പേ, അദ്ദേഹം 'ശ്രീ'യുടെ കവിതയെ പിന്തുടർന്നു. ഇങ്ങനെയൊരു സാരസ്വതൈക്യം മറ്റേതെങ്കിലും കവിയും നിരൂപ കനും തമ്മിൽ ലോകസാഹിത്യത്തിൽത്തന്നെ നിലനിന്നിരുന്നതായി അറിവില്ല.

വൈലോപ്പിള്ളിയുടെ മരണശേഷം എഴുതിയ ഒരു ലേഖനം തുട ങ്ങുന്നതുതന്നെ "വൈലോപ്പിള്ളിയെക്കുറിച്ച് എനിക്ക് ഒന്നും അറിയില്ല," എന്ന നിരാലങ്കൃതമായ വാക്യത്തോടെയാണ്. കവിവ്യക്തിത്വത്തെയും കവിതയെയും കൂട്ടിക്കുഴച്ച് ഇരട്ടത്തെറ്റിലേക്ക് നിപതിച്ച മലയാള വിമർശനത്തോട് പറയാതെ ചിലതെല്ലാം പറയുകയായിരുന്നു, ആ വിമർശകൻ.

വൈക്കം മുഹമ്മദ് ബഷീറിനെ തുടക്കത്തിലേ കണ്ടെത്തിയിരു ന്നുവെങ്കിലും ചില പരാമർശങ്ങളൊഴികെ കാര്യമായൊന്നും എഴുതുക യുണ്ടായില്ല. ഗദ്യസാഹിത്യത്തിൽ വിമർശനരചനകളെയാണ് അടുപ്പിച്ച് പിന്തുടർന്നത് എന്നതാകാം ഒരു കാരണം. സർഗ്ഗാത്മക ഗദ്യസാഹിത്യ ത്തിന്റെ പരപ്പിനേക്കാൾ കവിതയുടെ സാന്ദ്രതയിൽ ഊറിക്കൂടിയതാകാം മറ്റൊരു കാരണം. ബഷീർ കൃതികളെ ബോധപൂർവ്വം കുറവാക്കാൻ ഉദ്യമിച്ച സവിശേഷമായ സാംസ്കാരിക സന്ദർഭത്തിലാണ് ബഷീർ സാഹിത്യത്തിന്റെ, ഭാവനയെ അതിജീവിക്കുന്ന യാഥാർത്ഥ്യത്തെക്കുറിച്ച് വീണ്ടും വീണ്ടും എഴുതുകയും പ്രസംഗിക്കുകയും ചെയ്യുന്നത്. അതിന്റെ രേഖകളാണ് *മരുഭൂമികൾ പൂക്കുമ്പോളിൽ* കാണുക.

കലയും ജീവിതവും വിവിധങ്ങളായ വിഷയങ്ങളെക്കുറിച്ചുള്ള പ്രഭാഷണങ്ങളുടെ ലിഖിതരൂപമാണ്. കലയെയും ജീവിതത്തെയും കുറിച്ച് പില്ക്കാലത്ത് രൂപപ്പെടുത്തിയ ആശയങ്ങളാണ് അതിൽ പ്രബലം. പ്രഭാഷണകലയുടെ ചാരുതയ്ക്കൊപ്പം, കലയെക്കുറിച്ചുള്ള 'ദൈനം ദിന' തെറ്റിദ്ധാരണകളെ അസാമാന്യമായ ചരിത്രബോധത്തിലൂടെ തിരുത്തുകയും ചെയ്യുന്നവയാണ് ഈ പ്രഭാഷണലേഖനങ്ങളി ലേറെയും. എം.എൻ.വിജയന്റെ പേരുകേട്ട ലേഖനങ്ങളും എം.എൻ. വിജയനെക്കുറിച്ചുള്ള ലേഖനങ്ങളും സമാഹരിച്ച *എം.എൻ.വിജയൻ പ്രബന്ധങ്ങൾ പ്രഭാഷണങ്ങൾ, സ്മൃതിചിത്രങ്ങൾ, സംഭാഷണങ്ങൾ* എന്ന പുസ്തകത്തിലെ സാഹിത്യസംബന്ധിയായ ലേഖനങ്ങളുമാണ് മറ്റ് ഉള്ളടക്കങ്ങൾ.

മലയാള സാഹിത്യത്തിലെ കാവ്യാഭിരുചിയെയും ഗദ്യാഭിരുചി യെയും ചിന്താഭിരുചിയേയും പുനർനിർവചിച്ച പ്രശസ്തങ്ങളായ

അവതാരികകളാണ് ഈ പുസ്തകത്തിന്റെ അവസാനഭാഗത്തുള്ളത്. വൈലോപ്പിള്ളിയുടെ *ഓണപ്പാട്ടുകാർക്ക്* എഴുതിയ, 'വീടിനേക്കാൾ വലിയ പടിപ്പുര' എന്ന് അന്നത്തെ പ്രമാണിമാർ കുറവാക്കിയ, അവതാരികയാണ് മുമ്പേ നയിക്കുന്നത്. *കേസരിയുടെ സാഹിത്യവിമർശനങ്ങളെ* മലയാള വായനക്കാരുടെ മുന്നിൽ ഒന്നിച്ച് അവതരിപ്പിച്ചെഴുതിയ സമഗ്രപഠനം, വൈക്കം മുഹമ്മദ് ബഷീറിന്റെ സാഹിത്യസാകല്യത്തെ അവതരിപ്പിച്ചെഴുതിയ 'ബഷീർ എന്ന ഒറ്റമരം' തുടങ്ങിയവ സാമാന്യാർത്ഥത്തിൽ അവതാരികകളെ കവിഞ്ഞുനിൽക്കുന്നു. 1952 മുതൽ 2007 വരെ എഴുതിയ സാഹിത്യരചനകൾക്കുള്ള ഈ അവതാരികകൾ, തല്ലലോ തഴുകലോ അല്ലാതെ രചനകളെ സമഗ്രദർശനത്തോടെ കാണുന്നു.

എം.എൻ.വിജയന്റെ മാത്രമല്ല, മലയാള സാഹിത്യ-സാംസ്കാരിക വിമർശനത്തിലെ തന്നെ 'മാഗ്നം ഓപസു'കളാണ് ഈ സമാഹാരത്തിലെ ലേഖനങ്ങളിൽ ഏറെയും. അവയിലെ ചരിത്രദർശനം, വാൾട്ടർ ബെൻയാമിൻ മറ്റൊരു സന്ദർഭത്തിൽ നിരീക്ഷിച്ചതുപോലെ, ആപദ്സന്ധിയിൽ എത്തിപ്പിടിക്കുന്ന മിന്നൽപോലുള്ള ഓർമ്മകളാണ്.

'ഇംപോസിബിൾ റൈറ്റർ' എന്നാണ് എം.എൻ.വിജയൻ സ്വയം വിശേഷിപ്പിച്ചിട്ടുള്ളത്. എഴുത്ത് അദ്ദേഹത്തിന് നൈരന്തര്യമായിരുന്നില്ല. പ്രഭാഷണങ്ങളും സംഭാഷണങ്ങളും ഒരർത്ഥത്തിൽ എഴുത്തിന്റെ തുടർച്ചയും സ്വയം പൂർണ്ണമായ ആവിഷ്കാരങ്ങളുമായിരുന്നു. വൈലോപ്പിള്ളിക്കവിതകളെക്കുറിച്ചുള്ള *ശീർഷാസനത്തിന്റെയും* ബഷീർ സാഹിത്യത്തെക്കുറിച്ചുള്ള *മരുഭൂമികൾ പൂക്കുമ്പോളിന്റെയും* നിർമ്മിതിയിൽ ചെറുതല്ലാത്ത പങ്കുവഹിച്ചതിന്റെ സ്വകാര്യമായ അഭിമാനം, എതാണ്ട് കാൽനൂറ്റാണ്ടിനുശേഷം ഈ കുറിപ്പെഴുതുമ്പോൾ ഉള്ളിൽ ഉണ്ട്.

തിരുവനന്തപുരം **മാങ്ങാട് രത്നാകരൻ**
20.08.2008

കത്തുകൾ

എം.എൻ. വിജയൻ

പ്രിയപ്പെട്ട രത്നാകരൻ,

പത്തരമണിക്കു മാധവൻനായരും മറ്റും തിരുവനന്തപുരത്തേക്കു പോയപ്പോഴാണ് അവരുടെ കൂടെ എനിക്കും പോകാൻ കഴിഞ്ഞത്. യൂണിവേഴ്സിറ്റി കോളേജിലെ മീറ്റിങ്ങിനു 12 മണിവരെ കാത്തിരിക്കേണ്ടിവന്നു. അതിനിടെ രത്നാകരൻ വന്നുപോയതു പിന്നീടറിഞ്ഞു.

കാസർകോട്ടെ യോഗത്തിനു മറ്റാരെല്ലാമോ ഉണ്ടാകുമെന്നു തോന്നുന്നു. ഈ വഴി കാറുവരും എന്നാണു ഗോപി, കോട്ടയത്തുനിന്നു എഴുതിയിരിക്കുന്നത്. അവിടത്തെ പരിപാടി മാതൃഭൂമിയും (?) മി: അഹമ്മദും ആണു സംവിധാനം ചെയ്യുന്നത്. അന്നുതന്നെ മടങ്ങണമെന്നാണെന്റെ ആഗ്രഹം. ആ സമയത്തിനുള്ളിൽ എന്തെങ്കിലും അറൈഞ്ച് ചെയ്യാൻ പറ്റിയാൽ ഞാൻ നിങ്ങളുടെ കോളേജിൽ വരാം. എൻ.ബി.എസ് യോഗം രാവിലേയോ വൈകുന്നേരമോ എന്നു എനിക്കറിയില്ല.

29-9-86

(ഞാൻ ജോലി ചെയ്തിരുന്ന കാസർകോട്ടെ സഹകരണ കോളേജിൽ വിദ്യാർത്ഥികളോട് സംസാരിക്കാൻ ക്ഷണിച്ചതിനു മറുപടി. ചിതയിലെ വെളിച്ചം *ബി.എക്ക് പാഠപുസ്തകമായിരുന്നു.)*

എം.എൻ. വിജയൻ

പ്രിയപ്പെട്ട രത്നാകരൻ,

കത്ത് ഉടനെ എഴുതാം. നാളെ നാട്ടിലൊന്നു പോകേണ്ടിയിരിക്കുന്നു. നാലഞ്ചുദിവസം കഴിഞ്ഞു തിരിച്ചെത്തും. ആദ്യം തന്നെ നിരൂപണം തീർക്കാം.

'കുറ്റകൃത്യങ്ങൾ' ശീലമായി കഴിഞ്ഞു.

(കടമ്മനിട്ട രാമകൃഷ്ണന്റെ മഴ പെയ്യുന്നു മദ്ദളം കൊട്ടുന്നു എന്ന കവിതാസമാഹാരത്തിന്റെ നിരൂപണം പ്രതീക്ഷിച്ച്, ഇന്ത്യാ ടുഡേയിൽ ജോലി ചെയ്യുമ്പോൾ എഴുതിയ കത്തിന് മറുപടി.)

എം.എൻ. വിജയൻ

പ്രിയപ്പെട്ട രത്നാകരൻ,

മൊയ്തുവിനെക്കുറിച്ചു എന്തെങ്കിലും വിവരമുണ്ടോ? എവിടെ താമസിക്കുന്നു? നാട്ടിലും കോളേജിലും ചെല്ലാറില്ലെന്നു തോന്നുന്നു. ഇന്നലെ യൂണിവേഴ്സിറ്റിയിൽ ജമീലയെ കണ്ടു. അവർ വളരെ വിഷമിക്കുന്നുണ്ട്.

(സഹപാഠിയും പത്രപ്രവർത്തകനുമായ മൊയ്തു വാണിമേൽ പട്ടാമ്പി കോളേജിൽ പഠിക്കുന്ന കാലത്ത് എഴുതിയ കത്ത്)

എം.എൻ. വിജയൻ

പ്രിയപ്പെട്ട രത്നാകരൻ,

ജൂൺ ഇരുപത്തിരണ്ടല്ലാത്ത ഏതുദിവസവും വരാം. കമ്പി കിട്ടിയില്ലെന്നൂഹിക്കുന്നു. മറുപടി.

(കലാക്ഷേത്രം എന്ന പ്രസാധനശാല നടത്തിയിരുന്നപ്പോൾ ആദ്യം പ്രസിദ്ധീകരിച്ച, കുഞ്ഞുണ്ണിമാസ്റ്ററുടെ എന്നിലൂടെ എന്ന ആത്മകഥ പ്രകാശനം ചെയ്യാൻ ക്ഷണിച്ചതിനുള്ള മറുപടിക്കത്ത്.)

6-6-86

എം.എൻ. വിജയൻ

പ്രിയപ്പെട്ട രത്നാകരൻ,

മാറ്റർ കിട്ടി.

വരുന്ന എട്ടാംതീയതി കോഴിക്കോട്ടു ക്ലിന്റിന്റെ ചിത്രങ്ങൾ പ്രദർശിപ്പിക്കുന്നു. എന്നോടും പങ്കെടുക്കണമെന്നു പറഞ്ഞിരിക്കുന്നു. കാസർകോട്ടെ പ്രദർശനം എനിക്കു കാണാൻ കഴിഞ്ഞിട്ടില്ല. അതിനെക്കുറിച്ചു വല്ല ലഘുലേഖകളോ, കട്ടിങ്സോ ഉണ്ടെങ്കിൽ അയച്ചുതരണം.

ചിത്രങ്ങൾ കാണാനുള്ള ആഗ്രഹം കൊണ്ടു ഞാൻ സമ്മതിച്ചു എന്നേയുള്ളു.

30–7–86.

www.ingramcontent.com/pod-product-compliance
Lightning Source LLC
LaVergne TN
LVHW041538070526
838199LV00046B/1723
* 9 7 8 9 3 8 8 8 3 0 3 8 6 *